# UANZISHAJI WA IMANI

## TAASISI YA MAFUNZO YA ISAYA 58

ALL NATIONS INTERNATIONAL    TERESA SKINNER
GORDON SKINNER    AGNES I NUMER

Translated by
PENINA BARIGYE

**Uanzishaji Wa Imani**
**Isaya 58 Shirika la Matayarisho ya Sabili**

Foundations of Faith - Swahili
© 2020 All Nations International
ISBN: 978-1-950123-52-0

All rights reserved. Isaiah 58 Mobile Training Institute is available for use in training programs.
For more information, order additional copies:

email: is58mti@gmail.com
contact us: www.all-nations.org
online course: is58mti.org

*Scripture taken from the Swahili Bible*

Special thanks to Pastor Larry Maddex

Translated by: Penina Barigye

Cover Art: Julian V. Arias and Eve L.R. Trinidad

CONTENTS

| | |
|---|---|
| Preface | v |
| Utangulizi | vii |
| 1. Misingi Ya Imani | 1 |
| 2. 2. Mungu Ni Nani? | 5 |
| Hebu Tupitie: Mungu Ni Nani? | 13 |
| 3. Kwa Nini Mungu Aliumba Watu? | 15 |
| Hebu Tupitie: Kwa Nini Mungu Aliumba Watu? | 25 |
| 4. Dhambi Ni Nini? | 27 |
| Hebu Tupitie: Dhambi Ni Nini? | 35 |
| 5. Yesu Ni Nani? | 39 |
| Hebu Tupitie:Yesu Ni Nani? | 45 |
| 6. Majuto Ni Nini? | 47 |
| Hebu Tupitie: Majuto Ni Nini? | 51 |
| 7. Wokovu Ni Nini? | 53 |
| Hebu Tupitie: Wokovu Ni Nini? | 59 |
| 8. Ubatizo Wa Maji Ni Upi? | 61 |
| Hebu Tupitie: Ubatizo Wa Maji Ni Upi? | 71 |
| 9. Roho Mtakatifu Ni Nani? | 73 |
| Hebu Tupitie: Roho Mtakatifu Ni Nani? | 77 |
| 10. Ubatizo Wa Roho Mtakatifu Ni Upi? | 79 |
| Hebu Tupitie: Ubatizo Wa Roho Mtakatifu Ni Upi? | 87 |
| 11. Inanibidi Nifanye Nini Ili Niokoke? | 89 |
| 12. Mwende Mtafute Wanafunzi | 93 |
| Hebu Tupitie: Mwende Mtafute Wanafunzi | 101 |
| Mapitio | 103 |
| Uwekeaji Wakfu | 109 |
| Kuhusu Mwandishi | 111 |

# PREFACE

As we travel around the world, we see pastors and leaders struggle with, "What to teach their people." Maybe they have never had Bible School training... and may never be able to afford it.

Our cry is that God will read this to you... that He will impart His Gospel to your heart, that He will train you, and that you will experience the freedom, peace power and ability to demonstrate His Love to the Nations.

May we all work together while there is time.... That He alone may be glorified.

Let Jesus take you to the Nations......

"And this gospel of the kingdom shall be preached in all the world for a witness unto all nations; and then shall the end come." Matthew 24:14

# UTANGULIZI

Kanisa, "All Nations International na Sommer Haven Ranch International Msaada wa kibinadamu, ni mashirika mawili yaliyo anzishwa na kuelekezwa na mchagu Agnes I. Numer aliye Fariki, mwezi wa saba tarehe kumi na saba mwaka wa elfu mbili na kumi akiwa na mwaka tisini na tano. Aliacha uridhi ukubwa baada ya miaka hamsini na sita ya wizera. Wizera hii ilitokena na uvumbuzi wa mungu aliompatia kutoka kwa kitabu cha Isaya hamsini na nane (58). Mungu alivyo mwunyesha uvumbuzi huu alimwambia, "Huu ndio mpango wangu wa kanisa saa zote". Mungu alimwonyesha ndege na treni, mabohari, vituo vya matayarisho, vituo vya hifadhi, mgawanyo wa vyakula na vingire vingi.

Ingekuwa vigumu kuelewa athari ya wizara hii iliyokuwa nayo kwa miaka zaidi ya hamsini. Ni vigumu kujibu, Ni miti mingapi iliyoko kwenye mbegu ya tufaha"? Kwa sababu hii ndiyo wizara imefanya........kueneza mbegu viongozi wengi wamepewa njozi, zoeshwa wame endeleshwa wame hamasishwa na wame ungwa mkono. Vyongozi hawa wameendeza wizara nyingi dunieni walipata ndoto, tumaini, mpango na kanuni za ufalme wa mungu zilizo na faida na kuzuesha walicho pokea kwa hamu. Wizara za kimataifa hizi zinazoendedea zimejifunza kuwelewa mungu kama "Jehovah Jireh" na anawapatia kwa sababu wanafanya kazi yake kwa njia zake. Katika Mazuea haya tuna tumaini ya kutua kanuni walizo pata na mungu akazibariki. Tunampatia mungu adhama yote. Kuzuoshwa ni kwa roho mtakatifu kwa wale ambau wana sikio kusikia, moyo wa kupata na watatii.

Mungu alionyesha mtumishi Agnes I. Numer shule ya bibilia, chuo cha elimu ambazo zitagawanya kanuni hizi na mataifa. Alivyo tembelea wa Filipino. Wachungaji na viongozi walimwomba kuacha shulo liwe la sabili ndivyo shule za bibilia zishiriki kupitia kwa vikundi va sabili vitakavyo fundisha.

Isaya 58 mobile training institute iko sasa kwenye kitabu na kwa mtandao.

Shukrani
All Nations International

Habakuki 2:2 "Bwana akanijibu, akasema, liandike njozi ukaifanye iwe wazi sana katika vibao ili alsomaye apate kuisoma kama maji. 3 Maana njozi bado ni kwa wakati ulio amriwam inefanya haraka ili kuufikilia mwisho wake, wala haitasema uongo; ijapokawia, iongee; kwe kuwa haina budi kuja heitakawia".

2 Timothy 2:2 "Na mambo yale uliyoyasikia kwangu mbele ya mashahidi wengi, hayo uwakabidhi watu waaminifu watakaofaa kuwafundisha na wengine".

*We dedicate this manual:*
*To those who wanted to know... but never had a teacher.*
*To those who looked for the vision... so that they could run with it.*
*To those who want to know "What's Next?"*
*To those who knew they were teachers... but did not know what to teach.*
*To those who are looking for Christ in Us the Hope of Glory!*
*May this manual reveal to you Jesus Christ and*
*May the peace that He has ordained for you be with you always.*

# 1
## MISINGI YA IMANI

**Utangulizi Wa Misingi Ya Imani**
**Kwa mwalimu**

Tukijaribu kueleza mungu ni nani, mara nyingi huwa tunakabiliwa na shida. Nchi ya leo, watu wengi wanaenda kenisani, lakini hawa.

Kutekeleza kuwa wanayehudumia si wa kubuni, kiumbe cha mbali. Bali ni muumba anaye panda na kujali kila mmuja pia anaye onyesha upendo wako kuwa ni ukweli na unaweza kushikika kwa aina nyingi.

Kama Mchungaji, mnaweza ku kutana watu wanao pinga kuwa mungu ni wa halisi na kuwa tumeumbwa kwa picha yake. Mungu anaonekana kwa agano ya kale kama mungu wa Abramum Isaac na Yakobo. Ni mungu anayejibu na moto. Ni mungu ambaye habadilikibadiliki milele. Ni mfalme wa wafalme.

**Hatimaye, njia peke yake ya kumjua ni kumjua kwa kile alicho – bali si vile tunamtaka awe.**

Kwa hivyo, kupitia kwa utangulizi wa somo hili fupi tutakuonyesha njia ya kuwasilisha kwa mungu na watu wake. Muhtasari ambazo zimetolewa itakupatia videre fupi ambayo itakusaidia kueleza kanuni za bibilia ambapo utajenga najadiliano yako na wanafunzi wako. Ni Tumaini letu kuwa unapo tumia muhtasi huu wa msingi mungu atajishirisha kwako.

**Kwa mwanafunzi**

**Kuwa na radhi ya kugundua kuwa kweli mungu ni nani.** Mara nyingine huwa tunafikiri kuwa mungu aliumbwa kwa picha yetu na tunashindwa kuelewa kuwa tuliumbwa kwa picha yake. Mungu anaonekana kwa agano ya kale kama mungu wa Abramu, Yakobo na Isaka. Anajulikana kama mungu anayajibu na moto.

Ni muhimu tutekeleza kuwa mungu ni nani na anataka kuturundisha kwa uhusiano na urafiki ambayo alikuwa nasi mwanzoni kwenye bustani ya Edeni. Anatamaa kuwa tumjue kibinafsi na kwa undani kana vile alitembea na Adamu na Abram. Hivyo ndivyo huyu baba mpendwa anatamaa kuwa wewe na inimi tumjue kama alivyo.

Tunavyo gundua katika kitabu cha Zaburi 103:7. Tunajifunza kuwa mungu kwa kusoma kauli na maswali yaliyo hapo chini, tunaweza kumruhusu mungu ajidhihirishe kwako. Kwa kifungu hiki, utajifundisha majibu kwa maswali yafuatayo ni tumaini letu kuwa unapopata majibu uta... jua mungu.

**Maswali tutakayojibu?**

- Mungu ni nani?
- Anaishi wapi?
- Ana rangi ipi?
- Mungu alichagua nani kumsawiri?
- Mungu aliandaa aje watu wa kiyahudi?
- Kwa nini hii ni ya umuhimu kwetu?

# 2

## 2. MUNGU NI NANI?

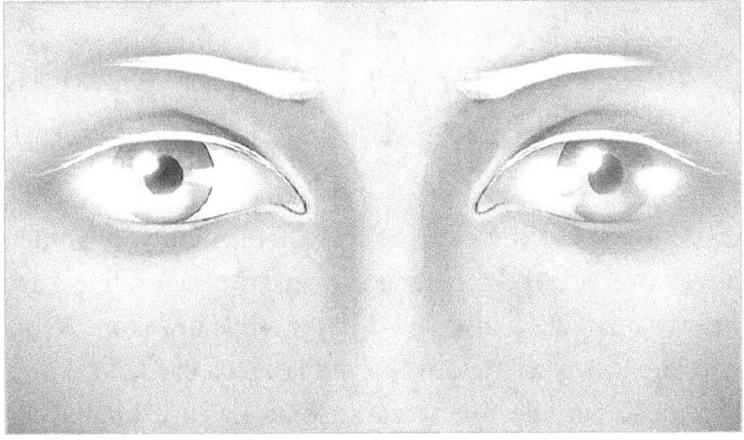

KWA DUNIA YA LEO, wengi wanaenda kanisani lakini hawatekelezi wanayehu dumia. Tunadhani kuwa mungu aliumbwa kwa picha ye na hatutekelezi kuwa tuliumbwa kwa picha yake. Mungu anaonekano kwa kitabu cha agano ya kale kama mungu wa Abramu, Yakobo na Isaka na mungu anaje jibu na moto.

*Wacha tumwelewa kupitia kwa kila alicho... sio kwa kila tunamulitaji awe.*

Soma kauli na maswali yaliyo hapo chini na umwacha mungu ajidhihirisha kwako mwenyewe.

**Mungu ni nani?**

**Watch Video:** Bonyeza hapa kuangalia Video ya "Mwanzo wa Uumbaji?"

https://youtu.be/8YffLe9yeWg

**Mungu akikuweka...** kabla hatujaumbwa. Mungu aliyekuweko, aliyeko na atakaye kuja. Mungu ndiye asiye na mwanzo wala mwisho. Mungu aliyekuweko... kabla hatujaumbiwa na atakuweko muda metu baada ya kufaz kwetu. Kama vile tunaweza kusoma kwenye kitabu cha mwanzo, mungu aliumba kila kitu – mbingu na nchi na vitu vyote vilivyo na uhai. Mungu pia aliumba mtu kwa picha yake.

Mwanzo 1:1 Hapo mwanzo mungu aliziumba mbingu na nchi. Alimuumba mtu kwa mfano yake, mtu hakuumba kwa mfano wa mungu chukua muda mchache kuangalia vumbaji videre ya Mwanzo. Tunapotazama videre hii, uone ukubwa wa uumbaji wa mungu na jinsi alitegemeza

## 2. MUNGU NI NANI?

nchi. Nyota, sayari maji mungu aliumba wewe pamoja na mini.

Mwanzo 1:26 mungu akasema, natumfanye mtu kwa mfano wetu, sura yetu, wakatawale samaki wa baharini na ndege wa angani na wanyama na nchi yote pia na kile chonye kutambaa kitaambacho juu ya mfano wake, kwa mfano wa mungu alimuumba, mwanamme na mwanamke aliwaumba.

Mtu aliumbwa kwa nfano wa mungu. Mfano wake ni upi? Tabia na hisia zake za kupekee ni zipi? Mungu anahisi aje kuhusu watu wake, anahisi aje kuhusu mimi? Mungu aliumba kila kitu kwa furaha yake. Aliumba wewe na mimi kwa furaha yake. Mungu ni mkubwa vitoshavyo kuishi ndani ya mioyo yetu. Atachukuwa muda kusikiliza Fikia na maombi yetu.

**Mungu anawivu kwako.**

Mungu anakutakia mema. Anajua kuwa dhambi hasababisha kifo na uharibifu. Hii ndiyo sababu alitoa amri ya jinsi ya kuishi. Bibilia ni kama mwongozo wa mafunzo ni neon lake kuandikwa na mtundiyo mwanadamu aelewe njia zake na amri zake.

Kutoka 34:14 maana hutamwabudu mungu mwingine kwa kuwa bwana ambaye jina lake ni mwenye wivu, ni mungu mwenye wivu.

Mungu ni mwenye huruma, neema haoni hasira upesi na mwingi wa fadhiri na mwenye ukweli kutoka 34:6. Bwana akapita mbele yake, akatangaza, bwana bwana mungu ni mwingi wa huruma mwenye fadhili, si mwepesi wa hasira, mwingi wa rehema na kweli. Zaburi 145:8. Bwana ana fadhili ni mwingi wa huruma si mwepesi wa hasira ni mwingi wa rehema.

## Mungu Anaishi wapi?

**Mungu anaishi...** mbinguni na mioyoni mwetu. Tunapo mwomba Yesu kutusamehe dhambi zetu na kuja mioyoni mwetu anaweza. Mungu ametuumba kwa upendo na utukuvu wake. Anahitaji kuwa na urafiki wa karibu sana nasi nah ii ndiyo sababu alituumba mwanzoni.

Waefeso 2:21-22 katika yeye jingo late linaungamanishwa vyema na kukuwa hata liwe hekalu takatifu katika bwana 22. Katika yeye ninyi nanyi mnajengwa pamoja kuwa maskani ye mungu katika roho.

**Mungu ana...** ufalme wake wa kibinafi na taifa lake.

Mara nyingi watu hudhani kuwa mungu ni kama babe au marafiki zao, la, mungu ana utamaduni wake, njia yake mwenyewe ya kujielezea, hatuwezi tuka mwongoza. Yeye ni mungu.

Luka 11:2. Akawaambia, Msalipo, Semeni, Baba yetu uliye mbinguni, jina lako litakaswe. Ufalme wako uje mapenzi yako yatimizwe hapa duniani kama huko mbinguni.

Yohana 18:36 Yesu akajibu, ufalme wangu si wa ulimwengu huu. Kama ufalme wangu ungekuwa wa ulimwenguhuu, watumishi wangu wangenipigania nisige nikatiwa mikononi mwa wayahudi. Lakini ufalme wangu sio wa hapa.

**Mungu ni wa rangi gani?**
Bonyeza hapa kuangalia Video ya:"Mungu ni Rangi gani?"
https://youtu.be/Yr0K73ZA9JM

## 2. MUNGU NI NANI?

*Mungu ni...* nuru- nuru ni hudhurio la kila rangi.
1 Yohana 1:5 na hii ndiyo habari tuliyo. Isikia kwake na kuihubiri kwenu ya kwamba mungu ni nuru wala giza lolote hamna ndaru-yake.

**Mungu si...** mweupe, si wa kahawia kimanjano au mwensi.

**Mungu ni...** rangi zote – watu wote wali umbwa kwa mfano wake.

Tunapoona picha za mungu, ni mawazo tu mwanadamu aliyokufa nayo. Neno la mungu linasema kuwa tuliimbwa kwa mfano wake. Hakusoma ni mtu yupi? Bali watu wote waliiumbwa kwa nfano wake.

Mwanzo 1:27 mungu akaumba mtu kwa mfano wake, kwa mfano wa mungu aliimuumba, mwanamume na mwanamke aliwaumba.

**Mungu alimchagua nani amsawiri.**

Kihistoria, mungu alisawiri... Israel wayahudi. Mungu aliwatayarisha kwa miaka inayozidi 4,000 kuleta mwana wake Yesu, mesaya wa ardhi.

Kumbukumbu la torati 7:6 kwa maana wewe utaifa takatifu kwa bwana mungu wako; Bwana mungu wako amekuchagua kuwa watu wake hesa, zaidi ya mataifa yote walioko juu ya uso wa nchi.

Leo, mungu anachagua... wale walio na masikio ya kusikia.

1 Petro 2:9. Bali ninyi ni mzao mteule ukahani wa kifalme, taifa takatifu, watu wa milki ya mungu, mpata kuzitangaza fadhili zake yeye aliyewaita mtoke gizani mkaingie katika nuru yake ya ajabia. 10 Ninyi mliokuwa kwanza si taifa, bali sasa ni taifa la mungu; mliokuwa hamkupata rehema bali sasa mmepata rehema.

**Mungu aliandaa aje wayahudi?**
**Mungu aliwaunyesha...** yeye mwenyewe.

Mungu alimaliza muda na Adamu na Eva kwa bustani ya Edeni. Aliwafundisha jinsi ya kutunza butani na pia kujitunza, Tunaposoma kitabu cha kutoka tunauna kuwa mungu aliishi na wa Israel kila wakati akiwaungoza kwa mawingu mchana na moto usiku. Kwa muda wa miaka 40. Mungu aliwalisha hadi wakafika kwa shamba alilowahaidi.

Mungu Alifundisha wayahudi kutoa hadithi hadi wakawa na uwezo wa kuandiko chini historia yao. Aliwaonyesha kuwa ni vyema kuwelewa njia zake na amri zake kwa watoto wao na watoto wa watoto wao. Mungu aliuwafundisha adabu-kilieho kuziri na kibaya.

## 2. MUNGU NI NANI?

AdamuAbrahamuYesu

**Ilimchukuwa mungu zaidi ya miaka 4,000 kutayarisha** wa Israel ili Yesu aje kwao.

Adamu – Abrahamu (miaka) 2,000 (kizazi cha 20)
Abrahamu– Yesu miaka 2,000 (kizazi cha 55)
Yesu miaka 2,000
Matayo 1:17 Basi vizazi vyote tangu ibrahimu hata Daudi na vizazi tumi na virinem na tangu Daudi hata ule uhamisho wa Babeli ni vizazi kumi na vinne; na tangu ule uhamisho wa Babel, hata kristo ni vizazi kumi na vinne.

**Kwa nini Jambo hili ni muhimu kwetu?**
Ni muhimu twelewe mungu ni nani kuwa anata kuturudisha kwa urafiki na uhusiano alionao nasi mwanzoni. Kwa shamba la Edeni. Ana tumaini kuwa tumwelewe kibinafsi na kwa undeni. Kama vile alitembea na Adamu na Abramu, ndivyo huyu mungu wa ajabu anatumani wewe na mimi tumwelewe jinsi alivyo.

Zaburi 103:7 Aukombua uhai wako na kaburi Akutia tayi ya Fadhili na rehema ndivyo… tumjue mungu.

## HEBU TUPITIE: MUNGU NI NANI?

1. Watu wengine wanamwona Mungu kama kiumbe cha mbali cha kubuni.
   A. Ukweli.
   B. Uongo.

2. Ni lazima tu _____Mungu kwa kile alicho _____ sio kile ambacho tuna _____awe.

3. Wakati mwigine tuna _____ kuwa Mungu aliumbwa kwa mfano wetu sisi na tuna _____kwa kuwa tuliumbwa kwa _____yake yeye.

4. Mungu ali ,ana, ata kuweko daima.
   A. Ukweli.
   B. Uongo.

5. Bibilia ni kama mwongozo ni neno lake lililo andikiwa mwanadamu a _____

A. Jue vipi tunaweza jitenga na dhambi.
B. Tufahamu njia zake na amri zake.
C. Tuishi maisha yetu na pia tuingie mbinguni.

6. Mungu ali _____Wayahudi kwa _____wao wenyewe.

7. Mungu ana ufalme wake na utaifa wake.
A. Ukweli.
B. Uongo.

8. Mungu ni wa rangi gain?
A. Nyeusi.
B. Nyeupe.
C. Kimajano
D. Kijani kibichi
E. Nyekundu
F. Nuru
G. Giza.

# 3

## KWA NINI MUNGU ALIUMBA WATU?

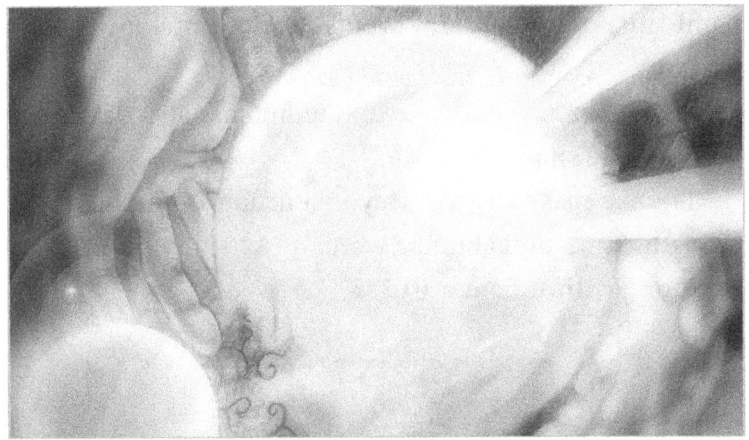

Mungu ana kila kitu anaweza kufanya kila kitu... kwa nini angeumba watu?

**KWA NINI MUNGU ALILIMBA WATU.**

Mungu ana kila kitu anaweza kufanya kila kitu, na anajikamilisha mwenyewe, kwa nini angeumba watu? Kwa kuwa mungu anajua kila kitu. Alijua watu wake warembo. Adamu na Eva watatenda dhambi. Alijua kuwa uumbaji wake ulio barara utaharibiwa kwa kjifo na uharibifu unauelekezwa na matokeo ya kuishi nje ya mungu. Kwa hivyo kwa nini angeumba watu?

Mungu aliumba wetu kwa sababu alitaka kuwa na watu ambao wangechangu kumjua, ongea naye na waishi milele pamoja naye. Upendo wa mungu wa kibaba ulitaka kushiriki na watu ambao ni wake. Alijua angekuwa na watu ambao wangempenda na waishi nay eye milele Alijua kuwa angekuwa na watu wachache ambao wengeelewa urembo wake, wangeeonyesha wengine kumhusu.

Mambo ya Malawi 26:12. Nami nita kwenda kati yenu, nami nitakuwa mungu wenu, nanyi mtakuwa watu wangu.

Isaya 43:21 watu wale niliujiumbia nafsi yangu, ili wazitangaze sifa zangu.

Tifunze maswali yafuatrayo na uruhusu mungu akudhihirishie kwa nini aliumba watu.

**Mungu aliumbaje watu?**

# KWA NINI MUNGU ALIUMBA WATU? 17

Mungu ana kila kitu anaweza kufanya kila kitu, na anajikamilisha mwenyewe, kwa nini angeumba watu? Kwa kuwa mungu anajua kila kitu. Alijua watu wake warembo. Adamu na Eva watatenda dhambi. Alijua kuwa uumbaji wake ulio barara utaharibiwa kwa kjifo na uharibifu unauelekezwa na matokeo ya kuishi nje ya mungu. Kwa hivyo kwa nini angeumba watu?

Mungu aliumba wetu kwa sababu alitaka kuwa na watu ambao wangechangu kumjua, ongea naye na waishi milele pamoja naye. Upendo wa mungu wa kibaba ulitaka kushiriki na watu ambao ni wake. Alijua angekuwa na watu ambao wangempenda na waishi nay eye milele Alijua kuwa angekuwa na watu wachache ambao wengeelewa urembo wake, wangeeonyesha wengine kumhusu.

Mambo ya Malawi 26:12. Nami nita kwenda kati yenu, nami nitakuwa mungu wenu, nanyi mtakuwa watu wangu.

Isaya 43:21 watu wale niliujiumbia nafsi yangu, ili wazitangaze sifa zangu.

Tifunze maswali yafuatrayo na uruhusu mungu akudhihirishie kwa nini aliumba watu.

**Mungu aliumbaje watu?**
Mwanadamu aliumba na mungu kutoka kwa vumbi ya nchi. Aliumbwa kwa mfano wa mungu ili awe na mamlaka kwa vitu vilivyo na uhai, wawe na watoto na waitishe ardhi. Mwanzo 1:26 mungu akasema na tumfanye mtu kwa mfane wetu, kwa sura yetu wakatawale samaki wa baharini na ndege wa argani na wanyama, na nehi yote piam na kila chenye kutambaa

kitaambacho juu ya nchi kwa hivyo mungu aliumba mtu kwa nfano wate.

Mwazo 2:7. Bwana mungu akemfanya mtu kwa mavumbi ya ardhi, akampulizia puani pumzi ya uhai; mtu akawa nafsi hai.

Mungu aliona Adamu akiwa na upweke, kwa hivyo akamfanya mwanamke. Eva kutoka kwa ubavu wa Adamu.

Mwanzo 2:18 bwana mungu akasema si vyema huyo mtu awe peke yake, nitamfenyia msaidizi wa kufanana naye.

Mwanzo 2:21. Bwana mungu akomletea Adamu usingizi mzito, naye akalala kasha akatwaa ubavu wake mmoja, akafunika nyama pahali paka 22 na ule ubavu alioutwaa katika Adamu, Bwana mungu akaufanya mwanamke akamletea kwa Adamu.

**Tuliumbwaje kwa mfano wa mungu.**

Mtu anaposema, "unamfanana baba wako" wanasema kuwa unaungea, tembea, fikiri na kufanya vitendo kama baba wako, au una uwezo ma lum kama yeye. Mungu alivyo tuumba, alitupa uwezo maalumu na sifa kama zake tuna uwezo wa kiroho za kumjua mungu, kungea naye na kutambua uwepo au hudhurio wake.

**Tuna uhuru kwa matakwa yetu** – Tunaweza chagua
**Sisi ni waumbaji** – Tunaweza umba.
**Tuna akili** – Tunaweza kufikiri, kusoma na kuelewa.
**Tuna mamlaka** – Tunaweza kumiliki
(Chukua mamlaka, anzisha.)
**BUSTANI LA EDENI ILIKUWA NINI?**

Dhani kuhusu mahali – Bustani lililozuri zaidi penye hakuna maumivu, mateso av sononeko, kila unachotaka kula humea kiesili wanyama waliishi kwa amani, hakuna ahje pigana au an hasira hakuna mikao mbaya na maneno yenye uhosema, mungu na watu wake walitembea na kuungea pamoja kwenye bustani ni kila kitu kilikuwa barabara. Hivi ndivyo mungu aliumba mwanzoni kwa watu anaupenda.

Mwanzo 2:8 Bwana mungu akapenda bustani upendo wa masheriki wa Edeni, Abemwaka ndani yake huyo mtu ahoy mfanye,

9 Bwana mungu akachipusla katiko andhi kila mti unautematika kwa macho na kufaa kwa kuliwa; na mti wa uzima katikati ya bustani, na mti wa ujuzi wa mema na mabayo.

**WALIPIGWA MARAFIKI YAPI?**
**Ni marufuku kula kwa mti wa meme na mabaya.**

Uasi, kutotii, wasia ya kibinafsi, leungo, chakubimbi, lawama, aibu, shuku, tuhuma. Dhambi nyingi zilichochwa na "sije" ambayo mungu alipatia Adamu na Eva hatulitaji sheria nyingi kuchacha dhambi zatu za kibirafsi. Hatupendi kwamhiwa cha kufanya na tunachopenda "Tufanye vitu vyetu kwa njia yetu "badala ya njia ya mungu.

Mwazo 2:16. Bwana mungu akamwagize huyo mtu

akusema, matunda ya kila mti wa bustani wawezo kula 12. La walakiru matunda ya mti wa ujuzi wa mema na mabaya usile kwa maana siku utakopo kula matunda kwa mti huo utakufa hakika.

**Adui mmoja wa mungu ni nani.** Mungu ana adui mmoja a yeye ni shetani anachukia mungu na watu wake. Hataki mungu kuwa na watu wanaumpenda. Adui huyu anaweza kufanya kilakitu kwa nguvu zake za uovu kusimamisha mpago ya mungu. Jina lake ni shetani. Alikuja kwa bustani ya Edeni kama nyoza kupanda mapendokozo kwa Fikira za Adamu na Eva zona zake zilifuruka ukweli, danganya Eva kwa uongo wake sababu yake ihkuwa kuiba kuuwa na kuharibu.

**Mwanazo 3:1** Basi nyoka alikuwa mwerevu kuliko wanyama wote wa mwitu alio wafanye Bwana mungu. Akamwambia mwanamke, ati hiui ndivyo alivyo sema mungu, msile matunda ya miti yote ya bustani. 2. mwanamke akamwenbia nyoka, matunda ya miti ya bustanini twaweza kula; 3. lakini matunda y anti ulio katikati ya bustani mungu amesema msiyale wala nsiyaguze, msije mkafa 4. Nyoka akamwambia mwanamke, Hakika hamtakufa 5. kwa maana mungu anejua ya kwambe siku mtakayokula matunda ya mti huo mtafumbuliwa macho, nanyi mtakuwa kama mungu, mkijua mema na mabaya. 6 mwanamke alipoona yakuwa ule mti wafaa kwa chakula wapendeza macho nao ni mti wakutamanika kwa maarifa, basi alitwaa katika matunda yake akala, akampa na mmewe naye akala 7. wakafumbuliwa macho wote wawili wakajijuwa kuwa wa uchi, wakoshuna majani ya mitini wakajifanyia ngwo. 8. Kisha wakasikia sauti ya bwana mungu akitembea bustani wakati wa jua kupunga; Adamu na mkewe wakajificha katikati ya miti ya bustani. Bwana mungu asiwaone 9. Bwana mungu akamwita Adamu akamwambia, ukowapi? 10. Akosema, nilisikia sauti yako Bustanini nikaugopa kwa kuwa mimi ni uchi; nikafificha 11. Akasema na ni nani aliye kwambia ya kuwa u uchi? Je! Umekula wewe matunda ya mti niliyo kuagize usiyale? 12. Adam akasema, huyo mwanamke uliye nipa awe pamoja hami ndige aliyenipa matunda ya mti huo, nikala. 13 Bwana mungu akamwambia mwanamke akasema nyoka alinidanganya nikala.

**Dhambi moja matokeo mengi.**

Adamu na Eve walisononeka matokeo mengi kutokana na Dhambi.

Mwanzo 3:16. Akamwambia mwanamke hakika nitakuzielisha uchungu wako, na kuzaa kwako; kwa utungu utazae watoto; na tama yako itakuwa kwa mumeo naye atakutawala 17. Akamwambia Adamu kwa kuwa umesikiliza sauti ya mkewako, ukala matunda ya mti ambao nilikuagiza, nikisema usiyala; ardhi imelaa niwa kwa ajili yako; kwa uchungu utakula mazao yake siku zote za maisha yako. 18. Michongoma na miiba Hakuzalia nawe utakula mboga za kondoni; 19. kwa jasho la uso wako utakula chakula; lata utakaporudia ardhi; ambayo katika hiyo ulitwaliwa kwa maana u mavumbi wewe na mavumbini utarudi.

Mtu hakutembea au kuongea na mungu. Matata na

matatizo kuwa kijinamizi kuishi kwa sababu ya dhambi. Mungu alikuwa amewambia kuwa vitu hivi vyote vitatendeka kama hawatatii neno laka la pekee "sije" vitu hivi vinaitwa "kifo"

Sasa watu wanazaliwa na mwelekeo wa dhambi... iko kwa damu yetu. Warumi 5:12 kwa hiyo kama kwa mtu mmojja dhambi ilingia ulimwenguni na kwa dhambi hiyo mauti; na hiyo mauti ikawafikia watu wote kwa sababu wote wamefanya dhambi.

Watu wamepoteza

Sifa wamepoteza ushupavu wa kuumba au kuchagua kilicho sawa. Wamekuwa vijakazi wa dhambi watu bado wamejitenga na mungu aliyetengeneza urafiki naye. Watu bado wanadanganywa na shetani ambaye bado anatenda dhambi anayekata rufaa na kulaumu.

**IMANI yetu iko wapi?**

Mpango wa mungu ni mkuu zaidi kuliko udhaifu na kutotii kwetu, ni mwenye busara sana kuliko ibilisi anaye iba na kuheriba mpango wa mungu una nguvu sana kuliko dhambi yenyewe. Imani yetu inaonesha kwa mwokozi ambaye ni jibu la maswali na mrekebishaji wa urafiki wetu ulioharibika.

Maisha na kufa kwa mwana wa mungu itarudisha urafiki kati ya mtu na mungu aliye baba wetu tukikubali Yesu. Utiaji wa mungu pia ikawa watu wake naye akawa mungu wetu.

**Mungu anakuhitaji uwe mmoja wa watu wako.**

Mungu anakupenda na anataka umwelewe na ujue njia zake, atakuokoa kutoka kwa uonga wa ibilisi na utumwa wa dhambi. Mungu anataka kukurudisha upya na sifa zako maalu, alizompa Adamu. Mungu anataka kururudisha kwa mfano wake. Pia utakuwa mmoja wapo wa watu wake na atakuwa mungu wako. Utajifundisha kumjua, kutembea naye na kuongea naye.

## HEBU TUPITIE: KWA NINI MUNGU ALIUMBA WATU?

1. Mungu aliumba watu kwa sababu;
A. Alikuwa na upweke
B. Alikosa mtu wa kupenda
C. Alitaka mtu ambaye angeamua kuishi naye daima
D. Malaika hawangeridhisha hitaji lake la upendo

2. Mungu aliumbaje watu?
A. Aliongea na mtu akaishi
B. Alisumu mtu kutoka kwa vumbi
C. Alipatia malaika miili ya wanadamu
D. Aliwasababisha kufuka kutoka kwa maisha ya chini

3. Kuumbwa kwa mfano wa mungu humaanisha nini?
A. Tuna uhuru kuchagua jinsi yeye alivyo.
B. Tuna uwezo wa kuumba kama alivyofanya

4. Ni sababu gani shetani alioyokuwa nayo alivyomdaganya Eva?

A. Kuiba uhusiano wake na mungu.
B. Kuharibu mpango mungu aliokuwa nayo kwa mtu.
C. Kutenga mwanadamu na Mungu
D. Majibu yote hapo juu ni sahihi.

5. Matokeo ya dhambi kwa mwanadamu ni?
A. Mtu alizaliwa na mwelekeo wa kutenda dhambi.
B. Mtu atakuwa mtumwa wa dhambi
C. Nchi rembo iliyoumbwa iwe gumu kuishi ndani
D. Majibu yote hapo juu ni sahihi.

6. Ni matumaini yapi yaliyo kuweko kwa mtu
A. Kwa kukubali mwana wa Mungu kama mwokozi wetu tuna weza tena kuwa watu wake
B. Tukijaribu sana na tuishi vizuri Mungu anaweza tena kutukubali.
C. Tukifanya kila kitu kwa ukweli , tutapata urafiki wake tena
D. Kwa kusoma na kufuata bibilia na uwezo wetu wote.

# 4
## DHAMBI NI NINI?

ISAYA 59:2

Lakini maovu yenu yamewafarikisha ninyi na mungu wenu, na dhambi zenu zimeuficha uso wake msiuone, hata hataki kusikia. Maandiko yanatucleza kuwa dhambi ina tutenganisha na mungu.

Duniani leo wengi hawataki kukumbana na dhambi, tunataka kudhani kuwa tunacho fanya ni cha ukweli na hatutaki ku badirisha. Kwa sababu mungu wa Abrahamu Isaka na Yakobo anasema kuwa dhambi inatutenganisha na yeye inafao tutafuta uso wake na kumsikiliza.

Jifundishe kauli na maswali yaliyo hapo chini na uruhusu mungu akuoneshe anacho ita dhambi, jinsi anasema itakuadhiri na tutakachoweza kufanya kuhusu dhambi.

- Dhambi ni kufanya kitu ambacho hauku umbiwa kufanya.
- Ninachofanya ni dhambi? Jiulize maswali hayo.
- Inakufanya kuwa mzee haraka?
- Inakufanya kuwa mgunjwa?
- Unafaa uondelee hatia? au jiambie kuwa itakuwa vizuri daima.
- Ulijisikia kuwa ni kosa ulivyoanza kufainya.
- Unataka kuifanya kosa hilo zaidi
- Je Ni dhambi?

Warumi 6:23 kwa maana mshahara wa dhambi ni mauti, bali karama ya mungu ni uzima wa milele katika Kristo Yesu Bwana wetu.

### Ni Nini Mungu Anachoita Dhambi?

Amri kumi (10)

Kutoka 20:1 mungu akanena maneno haya yote akasema.

2. Mini ni Bwana, mungu wako niliyekutoa katika nchi ya misri, katika nyumba ya utumwa.

3. Usiwe na miungu mingine ila mimi.

4. Usijifanyie sanamu ya kuchonga, wala infano wa kitu chochote kilicho juu mbinguni, wala kilicho majini chini duniani wala kilicho majini chini ya dunia.

5. Usivisujudie wala kuvitumikia; kwa kuwa mimi Bwana, mungu wako, ni mungu mwenye wivu; nawapatiliza wama maovu ya baba zao, hata kizazi cha tatu na cha nne cha wanichukiao.

6. Nami nawarehemu ma elfu elfu wanipendao, na kuzishika amri zangu.

7. Usilitaje bure jina la Bwana, mungu wako, maana Bwana hatamhesabia kuwa hana hatia mtu alitajaye jina lake bure.

8. Ikumbuka siku ya sabato uitakase.

9. Siku sitafanya kazi utende mambo yako yote;

10. Lakini siku ya saba ni sabato ya Bwana mungu wako, siku hiyo usifanye kazi yoyote, wewe wala mwana wako, wala binti yako, wala mtumwa mwako, wala mja. Kazi wako wala myama wako wa kufuga wale mgeni aliye ndani ya malango yako.

11. Maana kwa siku sita Bwana alifanya mbingu, na nchi, na bahari na vyote vilivyomo, akastareho siku ya saba, kwa hiyo Bwana akaibarikia siku ya sabato akaitakasa.

12. Waheshimu baba yako na maama yako; siku zako zipate kuwa nyingi katika nchi upewayo na Bwana, mungu wako.

13. Usiue

14. Usizini

15. Usiibe

16. Usimshuhudie jirani yako uongo.

17. Usiitamani nyumba ya jirani yako, usimtamani

mke wa jirani yako; wala mtumwa wake, wala mjakazi wake wala ng'ombe wake, wala chochote alicho nacho jirani yako.

Dhambi inatutenganisha na mungu. Mungu anataka kurudisha urafiki kati yetu na yeye mwanzoni kwe bustani la Edeni.

Mathayo 6:24 Hakuna mtu awezaye kutumi mikia mabwana wawili; kwa maana atamchuckia huyu, na kumpenda huyu; ama atashikamana na huyu na kumdharau huyu. Hamwezi kumtumikia mungu na mali.

Hesabu 15:37 Kisho Bwana akasema na musa, na akamwambie (38) Nena na wana wa Israeli na kuwaagiza ya kwamba waffanyie vishada katika ncha za nguo zao, katika vizazu vyao, tena ya kwamba watie katika kila kishahada cha kila ncha nyuzi za rangi ya samewi (39) Nacho kitakuwa kwenu ni kishada, ili mpate kukiaringalia, na kuyambuka maagizo yote ye Bwana na kufanya; tena kwamba msienda kutangatanga kuandama mioyo yenu wenyewe na macho yenu wenyewe, ambayo mlikuwa mkiyaandama kwa washerati hapo kwanza; (40) ili mpate kukumbuka na kuyafanya maagizo yangu yote na kuwa watakatifu kwa mungu wenu. (41) mimi ndimi Bwana, mungu wenu niliye waleta kutoka nchi ya misri; ili kwamba niwe mungu wenu, mimi ndimi Bwana mungu wenu.

**Inafaa tufanye nini kuhusu Dhambi?**

- Kimbia dhambi
- Tii mungu

- Pinga Ibilisi
- Songa karibu na mungu
- Kusafisha mikono yetu
- Kusafisha mioyo
- Ujute dhambi yako
- Nyenyekea mbele ya mungu
- Kimbia dhambi

1 Wakorintho 6:18. Ikimbieni zinaa. Kila dhambi aitendayo mwanadamu ni nje ya mwili wake; ila yeye afanyaye zinaa hutenda dhambi juu ya mwili wake wenyewe. Tii mungu. Tii lewe na mavuno ya busara na mwelekeo. Yakobo 4:7 Basi mtiini mungu. Mpingeni shatani, naye atawakimbia (8) mkaribieni mungu, naye atawakaribia ninyi itakaseni mikono yenu, enyi wenye dhambi na kuisafisha mioyo yenu enyi wenye nia mbili (9) Huzunikeni na kuomboleza na kulia. Kucheka kwenu na kugeuzwe kuwe kuomboleza, na furaha yenu kuwa hamu. (10) Jidhilini mbele za Bwana naye atawakuza.

**Tunaweza kufanya nini tukifanya dhambi?**

Inafaa tuangalie dhambi kama mungu anavyo ona. Hatuwezi kuisamehe. Inabidi tujute.

**Kujuta Ni Nini?**

Kujuta ni kuangalia dhambi tuliyofanya mbele ya mungu tukiifanya inafaa tui huzuni kie na tuikimbie. 2 Wakorintho 7:10. Maana huzuni iliyo kwa jinsi ya mungu hufanya toba liletalo wokovu lisilo na majuto; bali huzuni ya dumia hufanya mauti.

**Majuto Ya Binadamu Si Kusikitika**

Waebrania 12:16 Asiwepo mwasherati wala asiyemcha mungu, kama Esau, aliye uuza urithi wake wa mzaliwa na kwanza kwa ajili ya chakula kimoja 17. Maana mwajua ya kuwa hata alipotaka baadaye kuirithi baraka, alikataliwa (maana hakuuna nafasi ya kutubu) Ijapokuwa aliitafula sana kwa machozi.

### Je? Natukiwa Wa Dhaifu Kwa Dhambi?

Sababu mungu alimtuma mwanawe wa pekee kutufia kwa msalaba ni kwa sababu tuko wadhaifu kwa dhambi. Mwendo wa kuokoka kikamilifu hujenga asili mpya kati yetu na kupitia kwa asili hiyo, mungu anatupatia nguvu juu ya dhambi. Hii ni furaha ya mungu.

Mathayo 5:6 Heri wenye njaa na kiu ya haki; maana hao watashibishwa.

Mathayo 5:8 Heri wenye moyo safi; maana hao watamwana mungu.

Mungu atafanya kazi na hao watakaoteka kufanya kazi nao.

Luka 12:32 Msiogope, enyi kundi dogo; kwa kuwa Baba yenu ameona vema kuwapa ule ufalme.

Wafilipi 2:12. Basi wapendwa wangu, kama vile mlisyotii sikuzote, si wakati mimi nilipo kuwapo tu, bali sasa zaidi sana mimi nisipo kuwapo. Utimizeni wokovu wenu wenyewe kwe kuogopa na kutetemeka (13) kwa maana ndiye mungu atendaye kazi ndani yenu, kutaka kwenu, kulitimiza kusudi lake jema. Isaya 26:12 Bwana utatuamuria amani; maana ni wewe pia uliyetutendea kazi zetu zote (13) Eee Bwana, mungu wetu, mabwano wengire zaidi ya wewe wametumiliki; hakini kwa msaada wako peke yako tutalitaja jina lako. (14) wao wamekufa hawataishi, wamakwisha kufariki, hawatafufuka; kwa sababu hiyo umewajilia, na kuwaangamiza na kuupoteza ukumbusho wao.

**Ni nini Bibilia inachoita dhambi?**

Wagalaia 5:19 Basi matendo ya mwili dhahiri, ndiyo haya, uasharati, uchafu, ufisadi (20) Ibada ya sanamu, uchawi uadui, ugomvi, wivu, hasira, Fitinam Faraka, uzishi (20) Husuda, Ulevi, Ulati na mambo yanayofanana na hayo katika hayo nawambia mapema, kama nilivyo kwisha kuwaambie, yakwamba watu watendao mambo ya jinsi hiyo hawatauridhi ufalme wa mungu.

**Dhambi Pia Nikufanya Kile Ambacho Hukuumbiwa Kufanya.**

Maishani mwetu, mungu anatupata amri na maelekezo ya kufuata. Hii ni kwa ajili ya uzuri wetu ni kutufanya tuwe watu alioumba tuwe na pia kwa Faida ya wengine. Tusipotii mungu, ni dhambi.

Soma mfano wa bikira wenya busara na wajinga kwa kitabu cha Mathayo 25:1-13.

Kumbukumbu la torati 30:20. Kumpenda Bwana mungu wako, kuitii sauti yake na kushika mana naye; kwani hiyo ndiyo uzima wako na wingi wa siku zako; upate kukaa katika nchi Bwana aliyowaapia baba zako, Ibrahimu na Isaka na Yakobo kuwa atawapa.

Yona 1:1 Basi neno la Bwana lilimjia yona mwana wa Amitai kusema, (2) Ondoka uende Ninawi, mji ule mkubwa, ukapige kelele juu yake; kwa maana uovu wao ume pendo juu mbele zangu (3) hakini yona akaundoka akimbilie Tarshishi; apate kujiepushe na uso wa Bwana akateremka hata yafa, akauna merikebu inayokwenda Tarshishi; basi akatoa nauli akapande merikebuni aendo pamoja nao Tarshishi ajiepushe na uso wa Bwana.

## HEBU TUPITIE: DHAMBI NI NINI?

1. Dhambi ni kufanya yale tuliyoumbiwa kufanya.
A. Ukweli
B. Uongo

2. Dhambi ni kufanya kinyume cha yale tuliyoumbiwa kufanya, dhambi itatufanya _____ au wagonjwa.

3. Usijifanyie _____ wala _____ wala kilicho chini duniani wala _____ majini chini ya dunia.

4. Usilitaje _____ Bwana wako maana Bwana _____ kuwa hana hatia mtu alitajaye jina lake _____.

5. Nacho kitakuwa kwenu ni kishada ili mpate kuingalia na _____ maagizo Bwana, na _____ tena kwamba _____ ambayo mlikuwa mkiyaandama kwa _____ hapo kwanza.

6. Tunafaa tutoroke dhambi.
A. Ukweli
B. Uongo

7. Tunafaa tuwe kwa upande wa shetani.
A. Ukweli
B. Uongo

8. Inatubidi tuwe karibu na Mungu
A. Ukweli
B. Uongo

9. Tunafaa tumpinge shetani
A. Ukweli
B. Uongo

10. Tunafaa tutii hekima ya Mungu mwelekeo wake
A. Ukweli
B. Uongo

11. Kutotobu inamaanisha nini?
A. Kujifedhehesha mbele ya Mungu
B. Kugeuka kutoka kwa dhambi
C. Kusikitika kwa mwanadamu
D. Kuomba mungu msamaha

12. Bibilia inachokiita dhambi "Basi matendo ya mwili ni Dhahiri; ndiyo haya, Usherati, _____ Uchafu, _____ Ibada ya sanamu, uchawi _____ ugomvi, wivu _____ mabishano, uzushi _____ uuwaji _____ faraka. Na

kama nilivyo kwisha kuwaambia ya kwamba watu
_____ hawata _____ ufalme wa Mungu.

13. Dhambi pia kufanya kinyume na kile ambacho tuli
_____ kufanya.

14. Kutobu ni?
A. Kukimbia dhambi
B. Kusikitikia vile ambavyo tumefanya na tutoroke
C. Tusijali marekebisho na tuendelee kutenda dhambi.
D. 1 na 2 ndivyo tunatubu.

# 5
## YESU NI NANI?

SASA TUNAELEWA KUWA DHAMBI INATUTENGENISHA NA MUNGU, sote tumetenda dhambi lakini sasa tufanye nini? Utengano huu ni wa kweli. Saa zingine tunahisi utengano huo na ni lazima tuendelee na safari ya kumpate mungu. Tunahitaji Jambo kutendeka ndiposa turudishe urafiki kati yetu na mungu. Mungu wa Ibrahimu, Isaaka na Yakobo.

Jifunze kauli na maswali yafuatayo na umkubali mungu ajidhihirishe mwenyewe kwako.

**Kwa Nini Tumejitenga Mbali Na Mungu?**

Mungu muumbaji wa ulimwengu.

Alitembea na Adamu na Eva kwenye bustani.

Adamu alitenda dhambi

Dhambi ya Adamu ilimtenga yeye na wadhuria wake kwa mungu.

Rahisi na ni ya kushangaza

Mwanzo 3:23 Kwa hiyo Bwana mungu akamtoa katika bustani ya Edeni, ailime ardhi ambayo katika hiyo alitwaliwa. 24 Basi akamfukuzo huyo mtu, akaweka makerubi, upande wa mashariki wa bustani ya Edeni, na upanga wa moto uliogeuka huko na huko kuilinda njia ya mti wa uzime.

**Adamu Na Eva Wakalaaniwa.**

Iligharama maisha na kunwanga damu ndiyo dhambi zetu zisamehewa. Mungu aliite kafara / madhabuha.

Mambo ya walawi 4:35. Kisha atayaondoa mafute yake yote, kama mafuta ya mwana kondoa. Yalivyoonddewa katika hizo sadaka za amani; kasha kuhani atayatekeleza juu ya madhabahu, kwe desturi ya hizo. Sadaka za bwana zilizasongezwa kwa injia ya moto; na kulani atamfanyia upatanisho kwo ajili ya hiyo dhambi yako aliyoifanye naye atasamehewe.

Dini nyingi duniani wana utaratibu unaetia ndani madhubaha za kumwange damu kusamehe dhambi zetu. Kinachoshengeza ni kuwa watu ambao hawajawahi kusikia kwe mungu huyu wanajua kuwa dhambi zetu zimetutenga na kitu.

# YESU NI NANI?

- Yesu ni mwana wa mungu.

Yohana 3:16 kwa maana jinsi hii mungu ali upenda ulimwengu, hata akamtua mwanawe wa pekee ila kila mtu amwaminiye asipotee bali awe na uzima wa milele.

- Yesu ni Emmanueli – mungu duniani.

Mathayo 1:23 Tazama bikire atachukua mamba, naye atazaa mwana; nao watamwita jina lake Immanuel, yaani mungu pamoja nasi.

Yesu alikuwa mtu, kuokua mtu.

Mathayo 1:21, Naye atazaa mwana nawe utamwita jina lake Yesu, maana yeye ndiye atakayewaokoa watu wake na dhambi zao.

Mungu alimtuma Yesu "kuwa kafare ya mwisho".

Yesu akawa kafara ya dhambi.

Yohana 1:29. Siku ya pili yake omwana Yesu anakuja kwake akasema, Tazama, mwana kundoo wa mungu aichukuaye dhambi ya uliumwengu.

Kafara ya dhambi za wanademu zilikuwa zinafanyiwa mara muja kwa mwaka. Yesu alikuwa kafara ya mwisho kwa sababu alipokufa msalabani, hakuna kafara ingine iliyohitajika. Yesu hetuoshi tu dhambi zetu bali kutusafisha kutoka kwa dhambi zetu za kale; sasa na wakati ujao na anafanya kezi, mioyoni mwetu kuwa tusiiendeke kuishi kwa dhambi.

1 Yohana 1:7. Bali tukienda Nuruni, kama yeye alivyo

katika nuru twashirikiana sisi kwa sisi, na damu yaka Yesi mwana wake yatusafisha dhambi yote.

**YESU ALITURUDISHA KWA BABA.**

Yohana 20:17 Yesu akamwambia. Usinishike kwa maana sijapaa kwenda kwa baba lakini enenda kwa ndugu zangu ukanaambiem Nina paa kwenda kwa baba yangu naye ni baba yenu kwa mungu wangu naye ni mungu wenu.

**Kafara ya mwisho ya yesu Inanfanya kuwa mkombozi wetu.**

Mathayo 1:23. Tazama, bikira atachukua mamba, naye atazaa mwana; Nao watamwite jina lake Imanueli; yaani, mungu pamoja nasi.

Yohana 1:1 Hapo mwanza kulikuwako neno, naye neno alikuwako kwa mungu, naye neno alikuwa mungu (2) Huyo mwanzo alikuwako kwa mungu (3) Vyote vilifanyika kwa huyo wala pasipo yeye hakikufanyika chochote kilichofanyika (4) Ndani yake ndimo ulimokuwa uzima, nao ulo uzima ulikuwa nuru ya watu. (5) Nayo nuru yang'aa gizani wala giza halikui weza (6) palitokea mtu, ametumwa kutoka kwa mungu, jina lake Yohana (7) Huyo alikuja kwa ushuhuda, ili aishuhudie ile nuru, wote wapate kuamini kwa yeye (8) Huyo hakuwa ile nuru, bali alikuja ili aishuhudie ile nuru. (9) kulikuwako nuru halisi, amtiaye nuru kile mtu, akija katika ulimwengu. (10) Alikuwako ulimwenguni, hata kwa yeye ulimwengu ulipata kuwako, wala ulimwengu haulumtambua. (11) Alikuja kwake wala walio wake hawakumpokea (12) Bali wote waliompokea aliwapa uwezo wa kufanyika watoto wa mungu, ndio wale waliominio jina lake (13) waliozaliwa, si kwa damu, wala si kwa mapenzi ya mwili, wala si kwa mapenzi ya mtum bali kwa mungu. (14) Naye neno alifanyika mwili akakaa kwetu nasi tukauone utukufu wake, utukufu kama wa mwana pekee atokaye kwa baba amajaa neema na kweli.

## HEBU TUPITIE: YESU NI NANI?

1. Yesu ni _____ Wa Mungu

2. Yesu ni Emanueli Mungu _____

3. Yesu alikuwa _____ kwa _____ mtu.

4. Mungu alimtuma Yesu kuwa " _____ kafara ya _____.

5. Lakini tuki _____ kwa nuru _____ kwa mwangaza tuna _____ na kila mmoja wetu na _____ ya Yesu Kristo _____ kwa dhambi zetu.

6. Kafara ya Yesu ya mwisho ina mfanya kuwa _____.

7. Bali wote waliompokea aliwapa _____ wa kufanyika _____ wa Mungu ndio wale _____ jina lake:

8. Naye Neno alifanyika _____ akakaa kwetu; nasi tukauona utukufu wake, utukufu kama wa mwana peke atokaye kwa Baba; amejaa neema na ukweli.

# 6
## MAJUTO NI NINI?

SASA TUNATEKELEZA KUWA KUNA MATATIZO. Dhambi imetutenganisha na mungu, mungu wa Abrahamu, Isaka na Yakobo alituma mwanake kuwa kafara ya mwisho.

**Tunafikaje mahali mungu anatupeleka?**

Jifunze kauli na maswali yaliyo haop chini na umkubali Yesu akuonyeshe njia kwa mungu.

**Shida Ni Nini?**

Mwanzo 3:22. Bwana mungu akasema, Basi huyu mtu amekuwa kama mmoja wetu kwa kujua mema na mabaya; na sasa asije akanyosha mkono wake akatwaa matunda ya mti wa uzima, akala, akaishi milele; (23) kwa hiyo Bwana mungu akamtoa katika bustani ya Edeni, ailime ardhi ambayo katika hiyo alitwaliwa (24) Basi akamfuku, za huyo mtu, akaweka makerubi, upande wa masheriki wa bustani ya Edeni, na upanga wa moto uliogeuka huko na huko kuilinda njia ya mti wa uzima.

Warumi 3:23 kwa sababu wote wamefanya dhambi na kupungukiwa na utukufu wa mungu.

Warumi 5:12 kwa hiyo, kama kwa mtu mmoja dhambi iliingia ulimwenguni, na kwa dhambi hiyo mauti, na hivyo mauti ikawafikia watu wote kwa sababu wote wamefanya dhambi.

**Uamuzi Ni Nini?**

Majuto - Yohana mbatizaji alikuja kwanza kuandaa dunia ya Yesu.

Matendo ya mitume 19:4 Paulo akasema, Yohana alibatiza kwa ubatizo wa toba, akiwaambia watu wamwamini yeye atakayekuja nyuma yake yaani, Yesu.

**Masikitiko Ya Mwanadamu Si Majuto.**

2 Wakorintho 7:10 maana huzuni iliyo kwa jinsi ya mungu hufanya toba liletalo wokuvu lisilo na majuto; bali huzuni ya dunia hufanye mauti.

**Mfano wa Masikitiko bila Majuto.**

Kisha yuda, yule mwenye kumsariti, alipoona ya kuwa amekwisha kuhukumiwe alijute akawarudishia wakuu wa makuhani na wazee vile vipande thelathini vya fedha, akasema nalikosa nilipoisaliti damu isiyo na hatia, wakasema Basi, heya yatupasani sisi? Yaangalie haya wewe mwenyewe (5) Akavitu pa vile vipande vya fedha katika hekalu akaundoko, akaenda akajinyonga.

**Waebrania** 12:16. Asiwepo mwasherati wala asiyemcha mungu, kama Esau, aliyeuliza urithi wake wa mzaliwa wa kwanza kwa ajili ya chakula kimoja (17) maana mwajua ya kuwa hata alipotaka baadaye kuirithi baraka, alikataliwa (maana hakuuna nafasi ya kutubu) ijapokuwa aliitafuta sana kwa machozi.

**Uchungu wa mungu** - Uchungu wa mungu inatuongoza kufanya kitu kuhusu hali.

2 Wakorintho 7:10 Maana huzuni iliyo kwa jinsi ya mungu hufanya toba liletalo wokovu lisilo na majuto; bali huzuni ya dunia hufanya mauti (11) maana, angalieni, kuhuzinishwa kuko huko kwa jinsi ya mungu kulitenda bidii kama, nini ndani yenu; naam, na kujiteteam naam, na kukasirika, naam, ne hufu naam, na shauku, naam, naam na kujita hidi, naam na kisasi kwa kile njia mmejionyesha wenyewe kuwa safi katika jambo hilo.

Mathayo 5:6 Heri wenye njia na kiu ya haki; maana hao watashibishwa.

Mathayo 5:8 Heri wenye moyo safi; maana hao watamwona mungu.

**Unakitu Chochote ambacho ungependa kufutia?**
Umeuliza Yesu kafara ya mwisho aje kwa moyo wako akupatie maisha mapya? Umejipata kuwa haujali dhambi na kufanya jambo unalothani ni kizuri na kuangalia kwa

mungu wa Abrahamu, Isaka na Yakobo anasema kuwa ni sawa.

Iwezekanavyo, ungependa kuomba msamaha na kuanza yale maisha mapya sawa sawa sasa.

Hii inatueleza hisia moyoni mwako sasa, enda "Nifanye nini kuokoka". Soma sura fupi omba kwa mungu na ukiri dhambi zako zote kwake. Mwombe akusamehe, mwombe maisha mapya ndani yake. Mtafuta muumini mwepevu anayeweza kukusaidia unapotembea kwa matembezi haya mapya.

## HEBU TUPITIE: MAJUTO NI NINI?

1. Wote wame _____ na kuja _____ kwa _____ ya mungu.

2. Tunafikaje mahali mungu anataka kutupeleka?
A. Kwa kujaribu kufanya yale yanayotutenganisha naye.
B. Kwa kugawa chakula kwa wale ambao hawana
C. Kwenda kanisani mara mbili kwa wiki
D. Kwa kutubu kile kilicho(dhambi) tutenganisha na mungu.

3. Kusikitika kwa mwanadamu ni kama kutobu dhambi zetu .hii ina tuokoa kutoka kwa adhabu ya dhambi.

4. Vitu vya Mungu _____ vina tuongoza _____ kwa kitu kuhusu hali.

5. "Alijibu akasema ,sitafanya ;Lakini baadaye ali _____ na akaenda.

6. " Heri walio _____ mioyoni mwao wata _____ Mungu.

7. Umewahi kujipata _____ dhambi na kufanya _____ kilicho cha ukweli na kutoangalia _____ ya Abramu, Isaka na Yakobo wanasema ni _____ saa zingine ungependa ku _____ na umuulize _____ .na uanze _____ sasa hivi.

# 7
## WOKOVU NI NINI?

WOKAVU – ni zawadi inayokuja baada ya kukubali Yesu Kristo. "Sadaka ya mwisho" anayeturudisha kwa Baba, alitundisha kwa kale ambacho tulumbiwa tuwe na kuturudisha mahali ambapo tutaishi daima na muumbaji wetu.

Wokovu huanza na sisi. Mungu alitupa zawadi tayari. Yesu tayari alikufa na akafufuka sasa ni kwa ajili yetu. Tufanya nini na zawadi hii?

Jifunze kauli na maswali yafuatayo na umkubali mungu dhihirisha.

### KWA NINI TUNAHITAJI WOKOVU?

Mungu, muumbaji wa ulimwengu. Alitembea na Adamu na Eva kwa bustani Adamu alitenda dhambi.

Dhambi za Adamu ilimtenga na dhuria wake wote kutoka kwa mungu.

Mwanzo 3:24 Basi akamfukuza huyo mtu, akaweka makerubi, upande wa mashariki wa bustani ya Edeni, na upanga wa moto uliogeuka huko na huko, kuilinda njia ya mti wa uzima.

Ezekieli 36:17 Mwanadamu, nyumba ya Israeli walipokaa katika nchi yao wenyewe, waliitia uchafu kwa njia yao mbele zangu ilikuwa koma uchafu wa mwanamke wakati wa kutengwa kwako.

### Ni Nini Kinachotendeka Wakati Wa Wokovu?

Yesu alipokufa msalabani, alichukua dhambi kaburini, Alienda kwa utaratibu hadi Jehanamu, akachukua vifunguo vilivyo tutenga na mungu, kutoka kwa shetani na Yesu akashinda vita kwa ajili yangu na wewe. Hivyo ndivyo wokovu unaanza na sasa ni kwa ajili yetu sisi kuikubali.

### Mungu ametutolea maisha mapya:

*Kutoka kwa sammandrag "kuzaliwa kwa misingi mipya" na Rev. Agnes 1. Numer kwa kitabu cha Ezekieli 36 mungu anatuambia kuhusu kusaliwa kupya, kuzaliwa huku kupya ni kupi?*

*Mungu anasema nitakutoa katika ya mataifa na mataifa kutoka kwako. Nitatoa uzinzi kwako. Alisema nitakupatia moyo mpya, huya ni moyo upi? Moyo ambao Adamu na Eva walikuwa nao baada ya kutenda dhambi.*

# WOKOVU NI NINI? 55

*Huyu ni moyo unaotu pewa tena tunapookoka. Anamaanisha nini? Hamaanishi kuwa utazaliwa kwa kinyama tena. Anamaanisha kuwa ataweka moyo mpya ndani yetu kuzaliwa kupya. Tutazaliwa tena kwa bustani ya Edeni, kuletewa kwa huo muda bila dhambi na wakawa na urafiki na yeye.*

*Alisema Nitachukua yote kutoka kwako Nitakupatia roho mpya na nitakupatia moyo mpya. Ilimbidi atoe moyo uliozeeka ndani yetu na atupatie mpya iliyoko baada ya mungu... kwa hivyo moyo huo ni kuukoka. Anatuwekea Roho mpya na moyo mpya. Anaweka roho wake ndani yetu ili tumsikie na tumtii.*

*Ezekieli 36:24. Maana nitawatwae hati ya mataifa, nami nitawakusanya na kuwatoa katika nchi – zote na kuwarudisha katika nchi yenu wenyewe (25) Nami nitawanyunyizia maji safi, nanyi mtakuwa wasafi, nitawatakaseni na uchafu wenu wote, na vinyango vyenu vyote (26) Nami nitawapa ninyi moyo mpya, nami nitatia roho mpya ndani yenu. Moyo wa jiwe uliomo ndani ya mwili wenu, nami nitawapa moyo wa nyama. (27) Nami nitatia roho yangu ndani yenu, na kuwaendesha katika sharia zengu. Nanyi mtazishika hukumu zangu na kuzitenda (28) Nanyi mtakaa katika nchi ile niliyowapa baba zenu, nanyi mtakuwa watu wangu. Nami nitakuwa mungu wenu (29) Nami nitawaokoeni na uchafu wenu wote; Nitaiita ngano, na kulongeza, wala sitaweka njaa juu yenu tena (30) Nami nitazidisha matunda ya miti, na mazao ya mashamba, msipate tena kutukanwe, na mataifa kwa sababu ya njaa (31) Ndipo mtazikumbuka njia zenu mbaya, na matendo yenu yasiyokuwa mema nanyi mtajichukia nafsi zenu kwa macho yenu kwa sababu ya maavu yenu na machukizo yenu.*

*2 Wakorintho 5:12. Hata imekuwa mtu akiwa ndani ya Kristo, amekuwa kiumbe kipya; ya kale yamepita tazame! Yamekuwa mapya.*

### Wokovu Una Anzaje?

Ni kwa ajili yetu kujita dhambi zetu na kukubali kafara ya mwisho. Sasa atatusaidia kuishi maisha yetu yote kwa niaba yake. Warumi 10:9. Kwa sababu ukimkiri Yesu kwa kinywa chaku ya kuwa ni Bwana, na kuamini moyoni mwako ya kuwa mungu alimfufua katika watu, utaokoka. Waefeso 2:8. Kwa maana mmeokolewa kwa neema, kwa njia ya imani; ambayo hiyo haikutokana na nafsi zenum ni kipawa cha mungu (9) wala si kwa matendo, mtu awaye yote, asije akajisifu (10) maana tu kazi yake, tuliumbwa katika Kristo Yesu, tutende matendo mema, ambayo tokea awali mungu aliyatengeneza ili tuenenda nayo.

Yohana 3:15 ili kila mtu aaminiye awe na uzima wa milele katika yeye (6) kwa maana jinsi hii mungu aliupenda ulimwengu, hata akamtua mwanawe wa pekee, ili kila mtu amwaminiye asipatee bali awe na uzima wa milele (17) maana mungu hakumtuma mwana ulimwenguni ili ahukumu ulimwengu bali ulimwenguni uokolewe katika yeye (18) Amwaminiye yeye haukumiwi, Asiyemwamini, amekwisha hukumiwa kwa sababu hakuamini jina la mwana pekee wa mungu (19) Na hii ndiyo hukumu ya kuwa nuru imekiya ulimwenguni na watu wakapenda giza kuliko nuru kwa maana matendo yao yalikuwa maovu (20) maana kila mtu atendaye maovu huichukia nuru, wala haji kwenye nuru, ili matendo yako yaunekane wazi yakuwa yamatendwa katika mungu.

### Kwa Nini Ni Mwendo?

Baada ya kukubali wakovu wake, inatubidi tumruhusu mungu atuongoze kwa maisha haya mapya.

Wafilipi 2:12. Basi wapendwa wangu, kama vile mlivyotii siku zote, si wakati mimi nilipokuwapo tu, bali sasa zaidi sana mimi nisipokuwapo, utimizeni wokovu wenu wenyewe kwa kuogopa na kuteremka (13) kwa maana ndiye mungu atendaye kazi ndani yenu, kutaka kwenu na kutenda kwenu kwa kulitimiza kusudi lake jema.

Isaya 26:12. Bwana, utatuamuria amani maana ni wewe pia uliyetutendea kazi zetu zote. (13) Ee Bwana mungu wetu, mabwana wengine zaidi ya wewe wame, tumiliki; lakini kwa msaada wako pekee yako tutalitaja jina lako (14) wao wamekufa, hawataishi, wamekwisha kufariki, hawatafufuka kwa sababu hiyo, umewakilia na kuwaangamiza na kuupoteza ukumbusho wao.

**Tunawezaje kutetea zawadi kubwa hini?**

- Tembea kwenye nuru.

1 Yohana 1:4 Na haya twayaandika, ili furaha yetu itimizwe (5) Na hali ndiyo habari tuliyoisikia kwake, na kuihubiri kwenu ya kwamba mungu ni nuru wala giza lolote hamna ndani yake (6) Tukisema ya kwamba twashirikiana naye, tena tukienda gizani, twasema uongo, wala hatuifanyi iliyo kweli.

- Kuwa na urafiki na mungu na waumini wengine.

(7) Bali tukitembea nuruni, kama yeye alivyo katika nuru, twashirikiana sisi kwa sisi, na damu yake Yesu, mwanake yatusafisha dhambi yote.

- Tuungame dhambi zetu kila mara

(8) Tukisema kwamba hatuna dhambi, twafidanganya wenyewe, wala kweli haimo, mwetu (9) Tukiziungama dhambi zetu, yeye mwaminifu na wa haki, hata atuondo, lee dhambi zetu, na kutusafisha na udhalimu wote. (10) Tukisema kwamba hatukutenda dhambi; Twamfanya yeye kuwa mwongo wala neno lake halimo mwetu.

Yohana 3:21. Bali yeye aitendaye kweli kuja kwenye nuru, ili matendo yake yaunekane wazi yakuwa yamatendwa katika mungu.

**Unaweza Kupoteza Wokovu?**

Waebrania 6:1. Kwa sababu hiyo; tukiacha kuyanena mafundisho ya kwanza ya Kristo, tukaze mwendo ili tuufikilie utinilifu, tusiweko msingi tena wa kuzitubia kazi zisizo na uhai na wa kuwa na imani kwa mungu (2) na wa mafundisho ya mabatizo na kuwetea mikono, na kufufuliwa wafu, na hukumu ya milele. (3) Na hayo tutafanya mungu akitujalia (4) kwa maana hao walio kwisha kupewa nuru, na kukionja kipawa cha mbinguni, na kufanya washirika war oho mtakatifu, na nguvu za zamani zijazo (6) wakaangakuka baada ya hayo haiwezekeni kuwafanya upya tena hata wakatubu; kwa wamsulubisha mwana wa mungu mara ya pilo kwa nafsi zao, na kumfedhehi kwa dhahiri.

## HEBU TUPITIE: WOKOVU NI NINI?

1. Wokovu ni zawadi inayokuja kupitia kwa _____ Yesu, Kafara ya mwisho.

2. Tunahitaji wokovu kwasababu Adam _____ na _____ vyake vyote kutoka kwa Mungu.

3. Ni nini kinakyotendeka katika wakati wa wokovu? Yesu alivyokufa msalabani alichukuwa _____ kaburini. Alienda sambamba kwa _____ na akachukuwa _____ ambayo _____ na Mungu kutoka kwa shetani na Yesu akashinda vita huko kwa ajili yangu na yako. Wokovu unaanza sasa na ni kwa ajili yako ku _____ .

4. Kwahivyo, kama kuna mtu yeyote anaye _____ yeye ni _____ : Vitu vya kale ni _____ tazama, vitu vyote vikawa _____

5. Wokovu- "Kwa sababu _____ .na kinywa chako

yakuwa ni _____ na kuamini _____ yakuwa Mungu _____ katika wafu uta _____ "

6. Bali yeye atendaye _____ huja kwenye _____.ili matendo yake yaonekane wazi yakuwa yametendwa katika Mungu.

7. Mwendo- baada ya kukubali _____ wake na inabidi tu _____ Mungu _____ kwa maisha yake mapya.

8. Tetea zawadi (ya wokovu)- shirikiana: Bali tuki _____ nuruni kama yeye aliye katika nuru twashirikiana sisi kwa sisi na .yake Yesu Kristu mwana wake yatusafisha dhambi yote. Tu _____ dhambi zetu.

9. Unaweza kukosa wokovu wako? "Nakulionja neno zuri la Mungu na nguvu za zamani zijazo waka _____ haiwezekani kuwafanya upya tena hata _____ ; kwa kuwa wamsulibisha mwana wa Mungu _____ na kumfedhehi kwa _____."

# 8
## UBATIZO WA MAJI NI UPI?

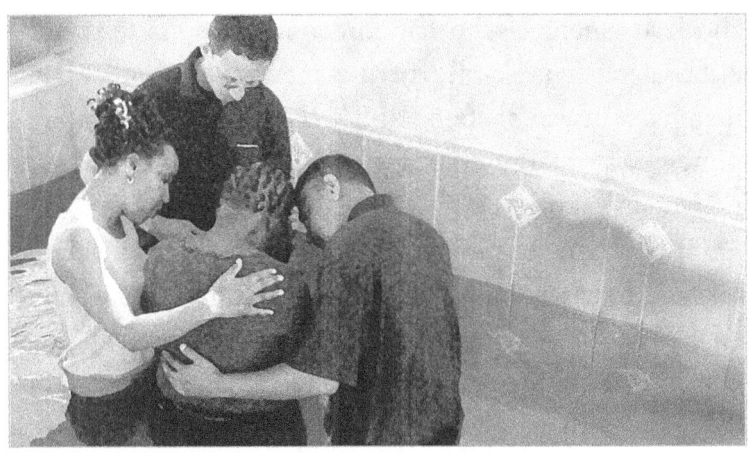

Kutoka kwa except "Nguvu zilizomo kwa ubatizo wa maji" na mtumishi Agnes I Numer.

"KAMA UKWELI TUNAFAHAMU MPANGO WA MUNGU KUHUSU UBATIZO WA MAJI, wakati ule
Tunapobatizwa kwa maji mengi "uchafu" wetu ungeshugulikiwa. Ubatizo wa maji ni kuzikwa, tunazikwa

na Yesu. Hii ni ya nguvu, wasia ya dhambi Hivyo vitu vya kimwili maishani mwetu. Hebu tuzizike naye na tusije na dhambi yoyote bali tukiwa wenye haki.

Yesu alipokufa msalabani, alienda chini ya kaburi kuchukua dhambi za dunia nzime. Alienda fehanamu na akatia vifunguo hivyo kutoka kwa ibilisi, akasema sasa ninaenda kuwapa vifunguo hivi kwa wale ambao nimekombia. Yesu alishinda vita papo hapo kwa ajili yangu na wewe.

Hii ndiyo sababu ni vikuu sana kubatizwa ni mojawapo wa msingi wa kiroho. Maji ya ubatizo inamwambia sheteni, "hautawahi kuwa na mamleka ya kuwaongoza wakienda chini ya kaburi ya maji nemi chochote ulicho nacho nao kimepotea nitamwacha huru, Nitawaleta tena kwa nguvu zangu za ufufuo. Hauna mamlaka jiu yao shetani. Nimeichukua kutoka kwako na nimeiweka mikononi mwao. Na sasa na mamlaka na nguvu juu yako.

Tunafundisho nini? Kilichopewa kwa mwanadamu. Shatani hana mamlaka juu yako ukienda chini ya maji hayo, uneweka mwili wako uliozeeka chini ya maji hayo. Umrudishie shetani mwili wenyewe na autopen shimoni. Sasa, unatoka ubatizoni kwa nguvu za ufufuo za Yesu Kristo.

Utakuja tena, ulifia huko na kuuacha mwili wa kidunia nyuna kama mungu alivyokukuza, alikukuza kwa ufufu wa kimaisha, aliweka mikononi mwako vifunguo vya ufalme, vufunguo juu ya shetani. Nisikilize... na akakuacha huru. Akakufanya huru kutoka kwa dhambini kupitia kwa damu yake ya dhambini kupitia kwa damu yake ya dhamini na kufa kwake. Hata alivyochukua vifunguo kutoka kwake. Unapokuja kwake kwa nguvu za ufufuko. Sasa una vifunguo mikononi mwako.

Hili ni neno la mungu. Nizi ni nguvu za injili ya ufalme wa mungu na hali hii pia iliyomtuo Yesu kwa kifo kuharakisha miili ya kibinadamu yetu.

Toka kwa maji hayo na upya wa kimaisha. Utoke ukiwa kiumbe kipya na mwana wa mungu. Si maji... bali ni ile Yesu alisema ifanywe ili atuwachilie tuwe huru. Tusipo juwa ukweli, tutaingie aje kwa ukweli. Hili ni mojawapo wa somo lenye dhamani ili tuingie kwenye nguvu na mamlaka ya Yesu Kristo.

Hapa ndipo uzuri unaanzia... kupitia kwa maji ya ubatizo, dhambi imeachwa kwa kaburi ya maji, na uzuri unaanza na uzuri huo ni ukubwa.

Jifunze kauli na maswali yafuatayo na umruhusu mungu adhihirishie nguvu za ubatizo wa maji.

**Yokana mbatizaji alikuwa nani?**

Ubatizo wa maji ulitumbuizwa kwanza kwenye bibilia na Yokana mbatizaji. Yokana alikuja kuandaa mioyo ya watu kwa kuhubiri kuhusu kutubu na ubatizo. Hii ilikuwa mpya kwa wayahudi. Waliosha na kufanya kufara tu.

Isaya 40:3 sikuliza, ni sauti ya mtu aliye, itengenezeni nyikani njia ya bwana; Nyoshoni jangwani njia kuu kwa mungu wetu.

Marko 1:1 Mwanzo wa injili ya Yesu Kristo, mwana wa mungu (2) kama ilivyoandikwa katika nabii Isayam Tazama, namtuma mjumbe wangu mbele ya uso wako, Atakayeitengenezo njia yako.

(3) Sauti ya mtu aliye nyikani, itengenezeni njia ya Bwana, yanyosheni mapito yake (4) Yohana alitokea akibatiza nyikani, na kuhubiri ubatizo wa tobaliletalo

ondoleo la dhambi (5) wakamwendea nchi yote ya uyahudi, nao wa Yerusalemu wote, wakaziungama dhambi zao. Yohana mbatizaji alisema kuwa inawabidi waumini kuzalisha matunda yanayo onyesha tobaya ukweli mfano: Ukarimu, upendo, uaminifu, mahakama, upole, ukiasi na ridhea.

Luka 3:8. Basi, toeni matunda yapatanayo na toba; wala msiarize kusema mioyoni mwenu, tunaye baba, ndiye Ibrahimu; kwa maana nawaambia yakwamba katika mawe haya mungu aweza kumwinulia Ibrahimu watoto.

**Yokana mbatizaji alitabiri kuwa** Messiah alikuwa anakuja na kuwa "atabatiza na roho mtakatifu na moto".

Luka 3:16. Yohana alijibu akawaambia wote, kweli mimi nowabatiza kwa maji; lakini yuaja mtu mwenye nguvu kuliko mimi, ambaye mimi sistahili kuilegeza gidamu ya viatu vyake; yeye atawabutiza kwi roho mtakatifu na kwa moto.

**MFANO; Wa Ubatizo Katika Umri Wa Ushahidi.**

Mungu aliandaa watu wake kila mara kuhusu mipango yake itakayokuja kupitia kwa mifano. Israeli ilibatizwa katika Musa kwa mawingu na bahari.

1 Wakorintho 10:1. Kwa maana, ndungu zargu, sipendi mkose kufahamu ya kuwa baba zetu walikuwa wote chini ya wingi", wote wakapita kati ya bahari. (2) wote wakabatizwa wawe wa Musa katika wingu na katika bahari.

**Kwa Nini Yesu Alichagua Kubatizwa Na Maji?**

Yesu alikuja kwa mto wa Yordani kubatizwa na Yohana mbatizaji. Yohana alivyojaribu kumhadhari, Yesu alimwomba Yohana alimwomba "airuhusu kwa saa hii" ili "kutimiza haki" Yesu alitii mungu kwa ubatizo wa maji ili uonyeshe kama mfano. Roho mtakatifu alishuka kwa Yesu baada ya kubatizwa.

Mathayo 3:13. Jaribu halikuwapata ninyi, isipokuwa lililo kawaida ya wanadamu; ila mungu ni mwaminifu; ambaye hatawaacha mjaribiwe kupita mwezavyo; lakini pamoja na lile jaribu atafanya na mlango wa kutokea, ili mweze kustahimili (14) kwa ajili ya hayo, wapenzi wangu, ikimbieni ibada ya sanamu (15) Nasema kama na watu wenye akili; lifikirini ninyi ninenalo (16) kikombe kile cha baraka tukibarikicho je! Si ushirika wa damu ya Kristo? Mkate ule tuumegao, si ushririka wa mwili wa Kristo? (17) kwa kuwa mkate ni mmoj, sisi tulio wengi tu mwili mmoja; kwa maana sisi sote twapokea sehemu ya ule mkate mmoja.

1 Petro 2:21 kwa sababu ndio mlioitiwa; maana Kristo naye aliteswa kwa ajili yenu; akawaachia kielelezo; mfuate nyazo zake. Mungu alimpa Yohana ishara kuwa Yesu alikuwa messiah na kuwa ataano roho mtakatifu "akishuka kwake".

Yohana 1:29. Siku ya pili yako amwona Yesu anakuja kwake, akesema, Tazama, mwana kondoo wa mungu, aichukuaye dhambi ya ulimwengu! (30) Huyu ndiye niliyenena habari zake ya kwambam yuaja mtu nyuma yangu ambaye amekuwa mbele yangu; kwa maana alikuwa kabla yangu.

(31) wala mini sikumjua; sikumjua; lakini kusudi adhihirishwe kwa Israeli ndiyo maana mimi nilikuja nikibatiza kwa maji (32) Tena Yohana akashuhudia akisema, nimemwona roho akishuka kama hua kutoka mbinguni, naye akakaa juu yake (33) wale mimi sikumjua; lakini yeye aliyenipeleka kubatiza kwa maji, huyo aliniambia, yeye

ambaye utamwona roho akishuka na kukaa juu yake, huyo ndiye abatizwaye kwa roho mtakatifu.

**Ubatizo Wa Maji Ni Upi?**

Ubatizo wa maji ni hali ambayo muumini wa Yesu Kristo anakubali kuochavya kwa maji kema saini ya kuonyesha kifo na kufufuka kwa Yesu Kristo.

Matendo ya mitume 8:36 wakawa wakiendelea njiani, wakafika mahali penye maji; Yule towashi akasema, Tazama maji haya; ni nini kunachonizuia nisibatizwe?

(37) Filipo akasema ukiamini kwa moyo wako wote, inawezekana, Akajibu, akabeba, naamini ya kwamba Yesu Kristo ndiye mwana wa mungu (38) Akaamuru lilegari lisimame wakatelemka wote wawili majini; Filipo na Yule Tuweshi; naye akambatiza.

Kujiunga kwa Yesu kupitia kwa mezishi ya ubatizo wa maji huharibu "D.N.A" Tabia ya dhambi ya Abrahamu na kuifufua na "D.N.A" Asili ya ushindi wa Yesu Kristo ndugu wetu. Kupitia kwa ubatizo wa maji roho mtakatifu hutupa nguvu kuishi maisha ya uhuru kutoka kwa dhambi.

Inatubidi tusiache dhambi kumiliki na kutawale miili yetu. Tuna uhuru kuishi kwa haki kwa mungu. Sisi si watumwa kwa dhambi lakini watumishi wenye upendo na haki.

Warumi 6:3. Hamfahamu ya kuwa sisi sote tuliobatizwa katika Kristo Yesu tulibatizwa katika mauti yake (4) Basi tulizikwa pamoja naye kwa njia ya ubatizo katika mauti yake, kusudi kama Kristo alivyofufuka katika wafu kwa njia ya utukufu wa babam vivyo hivyo na sisi tuenende katika upya wa uzima.

Warumi 6:18 na mlipokwisha kuwekwa huru mbali na dhambi, mkawa watumwa wa haki.

## Ni Nani Anahitajika Kubatizwa Kwa Maji?

Ubatizo wa maji – Tangazo kwa nehi. Ninatumaini kuwa kila mtu alibatizwa. Hii ni alema inayoonyesha mfuasi wa Yesu Nitangazo la kila mtu kuona. Kwa kiudamaduni, mara moja unapobatizwa kama mkristo, unatengwa au kuuwawa, Unasema, "Nimeamua kumfuate Yesu... Hakuna kurudi nyuma.

1 Wakorintho 12:13 kwa maana katika roho mmoja sisi sote tulibatizwa kuwa mwili mmoja, kwamba tu wayahudi au kwamba tu wayunani; ikiwa tu watumwa au ikiwa tu huru; nasi sote tulinyeshwa roho mmoja.

Mark 16:16. Aaminiye na kubatizwa ataokoka; Asiyeamini atahukumiwa.

Matendo ya mitume 2:38. Petero akawaambia, tubuni mkabatizwe kila mmoja kwa jina Yesu Kristo, mpate ondoleo la dhambi zenu, nanyi mtapokea kipawa cha roho mtakatifu.

### YESU Anatufundisha Tubatize Mataifa Yote.

Mathayo 28:18 Yesu akaja kwao, akasema nao, akawaambia nimepewa mamlaka yote mbinguni na duniani (19) Basi, eneni mkawafanye mataifa yote kuwa wanafunzi, nkiwabatiza kwa jina la baba na la mwana na la roho mtakatifu; (20) Na kuwafundisha kuyashika yote niliyowaamuru ninyi; na tazama, mimi nipo pamoja nanyi siku zote hata ukamilifu wa dahari.

*Excerpt from "Allowing God's Perfect Peace" by Rev. Agnes I. Numer and directly translated into Swahili.*

### Kutoka kwa 'Mungu aliharibu utu wa dhambi wa kale'

Mnajua nilifundishwa kwa kanisa inayoongea kuhusu utakaso, halafu nilivyo anza kusoma neno jinsi mungu alivyo ni patio niliona kitu tofauti. Vinaongelea kuhusu utu wa kale wa dhambi Je? Ushawahi kukutana naye? Ulimjua? Mauza uza ana waumini wengi: unajua kinachomaanisha. Nilikuwa ninafikiri kuwa ni kwa kimwili yako inayo onyesha. Hii ilikuwa maonyesha kanisani nilipokuwemo. Ukiongeza sauti yako au usme kitu ambacho hakikubaliwa. Oh hiyo ni kwa kimwili inayo onyesha! Nina ujumbe wako, Yesu alisema kwamba aliipeleka msalabani. Alitusamehe dhambi zetu kupitia kwa kumwaga damu yake. Alihaharibu dhambi za Adamu ndani yako kwa hivyo, Alifanya nini? Aliipeleka msalabani, ilikuwa laana iliyoletwa kwa kuanguka kwa mwana wa mtu.

Yesu aliipeleka mslabani. Tunavyobatizwa kwa maji; tuna fadhila yak u upeleka "utu wa kale" shuko chini na kuuzika. Atatusaidia kuupeleka ule "utu wa kale" wa dhambi... lakini aliuharibu msalabani, aliharibu nguvu zake msalabani... kwa kila mkristo staka ye yasikiya akayatii.

Unaenda chini katika maji maji hayo kaburini na Bwana, na unamzika yule "utu wa kale". Unapoenda chini hana uhai. Alikufa zamane, alikufa msalabani. Lakini una fadhila ya kumzika, na una hakikisha kwauba alikufa.

Ulikuwa msaada mkuu kwangu mungu alipo funua andiko hilo kwasababu nilidhani kwauba maisha yangu yote nitaishi na huyu "utu wa kale" nikitembea na Yesu!

Shukuru mungu si ya ukweli! Tunaweza kuwa tunavita vingi vya kuepukana navyo lakini tuna Yesu atakayetusaidia kuviepusha. Amiina!

Alisema kuwa ni vikuu sana sisi kubatizwa kwa maji ndani na Yesu Kristo, si kwa aina mbali mbali za makanisa bali kwa Yesu Kristo. Ubatizo wa Yohana ulikuwa ubatizo wa najuto lakini ubatizo wa Yesu ni ubatizo wa kutuleta kwake na yeye kwetu – si kwa mfano wa Adamu bali kiumbe kipya kilichoumbiwa na Yesu tunapoenda chini ya msalaba na tunapoenda chini ya maji. Utu wa kale unazikwa huko, haitawali kufufuka tena. Tukiacha Yesu Kristo kuwa Bwana na mfalme kwa ufalme wake maishani mwetu. Tunapomwacha, Tutaenda Jehanamu utapitia vitu vya kutisha ambavyo shetani anavyom lakini unapojishitulia kwa Bwana na ufanye anavyo fema. Kazi hii kuu imekamili ka katika jina le Yesu. "Ndani yako tunaishi, tunahemisha", Ni yeye anayetupa amani barabara na inaishi hasi aliiteua kwa ajili yetu aliifanya ikawezekara tubatizwe majini pia, tuwe huru kitoka kwa utu wa kale wa dhambi na kuwa tuishi kwa imani yake kuheribu athari za maishani.

**Mungu ametupatia jibu.**

## HEBU TUPITIE: UBATIZO WA MAJI NI UPI?

1. _____ ni wakati muumini anakubali kumwochovya ndani ya maji kuonyesha mfano wa kufa na kufufuka kwa Yesu Kristu.
   A. Kukiri dhambi.
   B. Ubatizo wa maji.
   C. Maombi ya mtenda dhambi.
   D. Muumini mpya.

2. Ubatizo wa maji _____ D.N.A. (asili ya _____ ) ya Adamu na _____ D.N.A. (asili ya _____ ) ya Yesu Kristu.

3. Sisi si taifa ya Adamu bali kiumbe kipya – uumbaji uupya uliofanywa na Yesu Kristu(Ukweli/Uongo).

4. Kupitia kwa ubatizo wa maji, tuna _____ ya _____ tabia ya Adamu na _____ tabia ya Yesu.

5. Kupitia kwa ubatizo wa maji Roho mtakatifu anatupatia nguvu kuishi maisha ya uhuru kutoka kwa kifungo cha dhambi.(Ukweli/Uongo).

6. Ni nani anayefaa kubatizwa?
A. Wanakanisa tu.
B. Wale ambao wamemaliza kidato kyawaumini wapya.
C. Yeyote anayeamini kuwa Yesu ni mwana wa Mungu na alikufa kwa ajili ya dhambi zetu.
D. Waumini wa mataifa tu.

# 9
## ROHO MTAKATIFU NI NANI?

MUNGU NI MUNGU MMOJA. Mmesikia kuhusu mungu baba, mungu mwana na mungu roho mtakatifu – Huyu ni mungu mmoja tu. Watatu kwa mmoja. Maji barafu na mvuke ni aina mbali mbali; lakini mungu ni vitatu aneyefanya muda huo huo.

Hiki ni kitu ambacho hatuwezi kuelewa kwa sababu tunaweza kuwa mahali pamoja kwa muda Fulani (mmoja).

Lakini fikiri kuhusu hili, sisi ni hali anayeishi mwilini na ana roho ambaye anatufanye tuwe infano wa mungu. Tunapokufa mwili wetu huzi kwa na hali yetu huishi milele.

Jifunze kauli na maswali yafuatayo na umkubali mungu ajidhihirishe maishani mwako.

**ROHO Mtakatifu Ni Nani?**
Roho Mtakatifu ni mungu. Ni mtu Roho mtakatifu ndiye anayetuezesha kuelewa dhambi zetu. Hana mwili kwa sababu yeye ni hali. Wakati mwingine watu humwita Roho Mtakatifu Tabia ya mungu ni upendo na kwa sababu roho mtakatifu ni mungu yeye pia ni upendo.

**Kazi ya Roho Mtakatifu iko duniani.** Anafanya kazi mioyoni mwa watu, anawoza kuongedesha watu kupitia mioyoni. Tunawezamsikia, mhisi na hisia zetu. Pia anatusaidia ku hisi turapoyenya dhambi. Roho mtakatifu alikuweko mungu alivyo umba nchi.

Mwanzo 1:26 Mungu akasema na tumfanye mtu kwa mfano wetu kwa sura yetu; wakatawale samaki wa baharini na ndege wa angani, na wanyama, na nchi yote pia, na kila chenye kutambaa juu ya nchi.

Agano ya kale ni sehemu ya bibilia iliyoandikwa kabla Yesu hajazaliwa Agano Jipya, iliandikwa baada ya Yesu kuzaliwa. Vitabu vya agano ya kalo viliandikwa na watu walioelekezwa roho mtakatifu.

**Roho Mtakatifu pia** anaweza "kuelekeza" mioyo yetu kufanya vitu. Hii inamaanisha anatupatia uwezo maalum unaokuja kutoka kwa mungu kwa muda yakini kufanya mungu anachohitaji.

Mfano wa uwezo ambao mungu alitupa kupitia kwa roho mtakatifu kwa agano ya kalo; Busara – Solomon. I Wafalme 4:29-32 Elimu – Elisha II Wafalme 5:25-27, kupambanua mioyo mtumishi wa saul; 1 Samwili 16:14-15 Imani 5m Yoshuam Yoshua 10:12-14. Miujiza – Elijah 1 Wafalme 17:17-24. 1 Wafalme 18:38m uponyaji – Isaya II Wafalme 20:5 Utabiri – Baala, Numbers 23:24 Tunaweza kuuliza roho mtakatifu kuhusu uwezo maalum. Tunapohitaji kufanya mungu anachohitaji. Ako hapa kwa sababu ya kuwasaidia watu wa mungu ili kufanya wasia yake dunioni.

## ROHO Mtakatifu Ni Nani Kwetu?

**Roho mtakatifu ni:**

**Mwalimu wetu:** Anatuongoza kwa ukweli. Atatuendesha kutoka kwa uongo na udanganyifu. Umewali kucheza mchezo ambapo unachuma kitu kwa chumba na unaongoza mtu kwa kitu hicho ukitumia maneno kama vile "moto" na "baridi".

**Tutaanza kujifundisha mioyoni mwetu.** Tutaanza kujifundisha kusikia "sauti yake". Tunaweza kumwamini kutufundisha.

**Myariji wetu.** Atakuwa nasi milele, katika kila hali, katika kila matete au fahari. Anataka tuhisi uwepo wake. Tunafaa kumwomba tu. Tunawezamwamini atufariji.

**Ni msaidizi wetu.** Anatusaidia kuomba hata kama hatujui cha kusema. Atatusaidia kwa njia nyingi. Atatupatia uwezo maalum wa kisoho unaotoka kwa mungu. Tunaweza kumwamini atusaidie tuishi njia za mungu.

1 Wakorintho 12:1. Basim ndugu zangu kwa habari ya karama za rohom sitaki mkose kufahamu (7) lakini kila

mmoja hupesa ufunuo war oho kwa kufaidiana (8) maana mtu mmoja kwa roho apewa neno la hekima na mwingine neno la maarifa, apendavyo roho yeye yule. (9) mwingine iman katika roho yeye yule; na mwingine karama za kuponya katika roho yule mmoja: (10) Na mwingine matendo ya miujiza na mwingined unabii, na mwingine kupambanua roho; mwingine aina za lugha; na mwingine tafsiri za lugha (11) lakini kazi hizi zote huzitenda roho huyo mmoja, yeye.

**Tunaweza kumwamini Roho Mtakatifu.** Tunahitaji tu kuomba.

## HEBU TUPITIE: ROHO MTAKATIFU NI NANI?

1. Mungu wetu ni:
A. Watatu kwa moja.
B. Baba, Mwana na Roho mtakatifu.
C. Mungu mmoja tu.
D. Majibu yote hapo juu ni sawa.

2. Tumeumbwaje kwa mfano wa mungu?
A. Hali, roho na mwili.
B. Maji, barafu na mvuke.
C. Kuwa na uwezo wa kuwa mahali pote mara moja.
D. Tulikuwa na uhai kira mara.

3. Roho mtakatifu ni:
A. Mungu.
B. Hana mwili.
C. Majibu yote hapo juu.
D. Majibu yote si sahihi.

4. Agano ya kale iliandikwa na watu walioelekezwa na Roho mtakatifu.
A. Ukweli
B. Uongo

5. Roho mtakatifu anaweza kutupatia uwezo maalum wa Mungu kwa watu kama:
A. Elimu.
B. Utabiri.
C. Miujiza.
D. Majibu yote ni sawa.

6. Roho mtakatifu yuko hapa kwa ajili ya kusaidia watu wa Mungu kufanya wasia yake duniani.
A. Ukweli
B. Uongo

7. Kama mwalimu wetu anatulekeza kwa ukweli.
A. Ukweli
B. Uongo

8. Roho mtakatifu anaweza kutusaidia kuomba hata kama hatujui kuomba.
A. Ukweli
B. Uongo

# 10
## UBATIZO WA ROHO MTAKATIFU NI UPI?

Jifundisha kauli na maswali yaliyo hapo chini na umkubali roho mtakatifu ajidhihirishe kwako.

### Ubatizo Wa Roho Mtakatifu Ni Ubi?

Mpango wa mungu kulete watu kwake ulilipiwa na kuja kwa Yesu na kutufia msalabani. Kitenda hiki kulifungulia watu njia ya kusafishwa kutoka kwa dhambi kafara ya agano ya kale hufunika tu dhambi zetu za kale na zilikuwa zirudiwe rudiwe kila mwaka lakini Yesu alikuja kurudisha upya watu kwa mungu baba. Sasa tunaweza kuja kwake kila wakati kupitia kwa mwanawe Yesu.

Mungu ana shauku ya kutembea nasi tena; kuongea nasi na kutupatia uwezo wake maalum ambao tulikuwa tume poteza, njia ilifunguliwa kupitia kwa Yesu. Yesu alihitajika kurudi kwa baba wake baada ya kufa na kufufuza ili atutumie roho mtakatifu. Anajua jinsi tulivyokuwa tunahitaji huyu roho kuishi ndani yetu na si pamoja nasi.

Yohana 4:17 Ndiye roho wa kweli ambaye ulimwengu hauwezi kumpokea, kwa sababu haumwoni wala haumtambui, bali ninyi mnamtambua maana anakea kwenu naye atakuwa ndani yenu.

**Tulihadiwa kitu zaidi**

Roho mtakatifu anatutilia hatiani dhambi zetu, anatumia damu ya Yesu kutuleta karibu na Yesu na anatuongoza; lakini kuna mengi, Mungu baba alituhaidi mengi. Yesu alionge kuhusu haya na hata Yohana mbatizaji alisema kuna mengi.

Yohana mbatizaji alisema kuwa Yesu atatubatiza na roho mtakatifu na moto.

Moto hutusafisha na kututakasa, inatupatia mwongeza na joto (bidii na ujasiri)

Luka 3:16 yeye atawabatiza kwa roho mtakatifu na kwa moto.

Mathayo 3:11, Kweli mini nawabatiza kwa maji na kwa ajili ya toba; bali yeye ajaye nyuma yangu ana nguvu kuliko mimi wala sistahili hata kuvichukua vyatu vyake; yeye atawabatiza kwa roho mtakatifu na kwa moto.

**YESU ALIELEZATE KUJA KWA ROHO MTAKATIFU?**

**Tutapata nguvu.**

Matendo ya mitume 1:8 lakini mtapokea nguvu, akiisha kuwajilia juu yenu roho mtakatifu; nanyi mtakuwa mashahidi wangu katika Yerusalemu, na katika wayahudi wote, na samaria na hata mwisho wa nchi.

**Tungekuwa na mito ya naji ya uhai yakitiririka tokoka kwa sisi.**

Yohana 7:38. Aniaminiye mini kama vile maandiko yalivyonenam nito ya maji yaliyo hai itatoka ndani yake (39) Na neno hilo alilisema katika habari ya roho, ambaye wale wamwaminio watampokea baadaye; kwa maana roho alikuwa hajaja; kwa sababu Yesu alikuwa hajatukuzwa.

**Hii ndiyo baba wangu amekuhaidi.**

Luka 24:49 Na tazama Nawaletea juu yenu ahadi ya baba yangu; lakini kaeni humu mjini, hata mvikwe uzewo utokao juu matendo ya mitume.

Matendo ya mitume 1:4 Hata alipokuwa amekutana nao aliwaagiza wasitoke yerusalemu, bali waingoje ahadi ya baba,

Luka 11:13 Baba aliyembinguni hatazidi sana kuwapa roho mtakatifu hao wamwombazo.

Matendo ya mitume 2:39 kwa kuwa ahadi hii ni kwa ajili yenu, na kwa watoto wenu, na kwa watu wote walio mbali na kwa wote watakaoitwa na bwana mungu wetu wamjie.

Wakeimbiwa inawabidi wamngoje roho mtakatifu.

Hatuwezi tukafanya mungu anachotaka sisi wenyewe, tunafaa tujazwe na nguvu zake, Hii ndiyo sababu Yesu alisisitiza kuwa wongojee pamoja hadi wapokee nguvu, roho mtakatifu atakapokuja... Halafu wawe mashahidi wake (matendo ya mitume 1:4)

**Walizoea Nini?**

Kulikuwa na kitu kilichokuwa kinabadilisha maisha kilichotendeka kwa watu waliomfuata Yesu kabla ya kurudi mbinguni. Baada ya kungoja waliita pentekoste na wakapata uzoefu wa kila kitu Yesu aliwaahidi. Walipokes ubatizo war oho mtakatifu na moto.

Matendo ya mitume 2:1. Hata ilipotimia siku ya pentekoste walikuwako wote mahali pamoja (2) kukata ghafula toka mbinguni inumi kama uvumi wa upepo wa nguvu ukienda kasi, ukaijaza nyumba yote waliyokuwa wameketi (3) kukatokea ndimi, zilizogawanyikana kama ndimi za moto uliowakalia kila mmoja wao (4) wote wakajaziwa roho mtakatifu wakaanza kusema kwa hugha nyingine kama roho alivyowajalia kutamka (5) Na walikuwako Yerusalemu, wayahudi wakikea, watu watauwa, watu wa kila taifa, chini ya mbingu (6) Basi sauti hii iliposikiwa, nakutano walikutanika wakashikwa na fadhea, kwa kuwa kila mmoja aliwasikia wakisema kwa ligha yake mwenyewe (7) wakashengea wote, wakasta ajabu wakiembiana, Tazama, hawa wote wasemao si wagalilaya (8) Imekuwaje basi sisi kusikila kila mtu hugha yetu tuliyozaliwa nayo? (9) wakaao Mesopotamia, uyahudi na kapadokia ponto na Asia (10) Frigia na pamfilia, misri na pande za hibia karibu na kirene na wageni watokao Rumi, wayahudi na waungufu (11) wakrete na waarabu;

tunawasikia hawa wakisema kwa hugha zetu matendo makuu ya mungu. (12) wakashangaa wote wakaingiwa na shaka, wakiambiana, maana yake nini mambo haya? (13) wengine walidhihaki wakisema, wamelewa kwa mvinyo mpya (14) hakiri petro akasimama pamoja na wale kumi na mmoja akapaza sauti yake akawaambia Enyi watu wavyahudi na ninyi nyote mkaao Yerusalemu, lijueni jambo hili mkasikilize maneno yangu. Matendo ya mitume 2:15. Sivyo mnavyo dhani; watu hawa hawakulewa, kwa maana ni saa tatu ya mchana (16) lakini jambo hili ni lile lililonenwa kwa kinywa cha nabii yoeli (17) Itakuwa siku za mwisho, asema mungu, nitawamwagia wotu wote roho yangu na wana wenu ha bintu zenu watatabiri na vijana wenu wataona maono na wazee wenu wataota ndoto. (18) Naom na siku zile nitawamwagia watumishi wangu wanaume na wanawake roho yangu nao watatabiri (19) Nami nitatoa ajabu katika mbingu juu na ishara katika nchi chini, damu na moto, na mvuke wa moshi (20) Jua litagueka kuwa giza, na mwezi kuwa damu, kabla ya kuja ile siku ya bwano iliyokuu na iliyo dhahiri.

### Ni Matendo Yapi Ubatizo Wa Roho Mtakatifu Ifanya?
**Ujasiri**

Mwanaume mwenyewe, Petero, Ambaye aliogopa kukubali mbele ya msichana mtumwa kuwa alikuwa mfausi wa Yesu alijazwa na ujasiri kwamba alisimama mbele ya ma elfu ya watu na kutangaza Yesu kuwa mwana wa mungu na watu wote watabu na kurudi kwa mungu. Kiandiko kutoka kwa mungu. Roho mtakatifu alitupatia uwezo maalum wa kuogea maneno ya mungu kwa watu.

**Kupatikana na hatia**

Huu ndio wakati roho mtakatifu anafanya kwa mioyo ya watu na kumsaidia kutekeleza na kusikitika kwa dhambi zake. Hatia hizi. Zilipokuwa zikiongelewa mioyo wa watu iliongozwa.

**Toba**

Maefu ya watu walikiri dhambi zao na jinsi wanamhitaji mungu kwa sababu roho mtakatifu anawadhibitishia mioyo yao na kuwaongoza kutubu.

**Kuongea kwa ndimi**

Watu wote waliobatizwa na roho mtakatifu waliongea kwa ndimi kadhaa wa kadha kama vile roho mtakatifu aliwapatia maneno wengine waliongea kwa ndimi ambazo hawajawali kujifundisha lakini watu kwa nchi zingine waliosikia wangezielewa. Saini hii iliominisha watu wengi kuwa mungu yuko kaziru.

**Muijiza**

Roho mtakatifu alipatia watume uwezo maalum kufanya maajabu mengi ambayo iliaminisha watu kuwa yaliyokuwa yakitendeka yalitoka kwa mungu.

Matendo ua mitume 2:43. Kila mtu akaingiwa na hofu ajabu nyingi na ishara zikafanywa na mitume.

**Ahadi hii ni yetu leo.**

Petero alisema kuwa ahadi hii ilikuwa yaa watoto wao na wale watakaoishi vizazi vingi kutoka wakati huo. Ilikuwa ya watu wote wakati wote. Hii ndiyo baba aliyotaka kwa muda mrefu......kuturudishia tulicho kuwa tumepoteza kwa sababu ya dhambi na kuwa watu wake waliojazwa na roho wake mtakatifu na nguvu zilizosawa na zile walizozizoea kwa kitabu cha matendi ya mitume.

Matendo ya mitume 2:39 kwa kuwa ahadi hii ni kwa ajili yenu, na kwa watoto wenu, na kwa watu wote walio mbali na kwa wote watakaoitwa na Bwana mungu wetu wamjie.

**Ni nani anawezapata ubatizo wa Roho Mtakatifu?**

Yeyote yule atakayetubu na kubatizwa matendo ya mitume 2:38 Petero akawaambia, Tubuni mkabatizwe kila mmoja kwa jina lake Yesu Kristo, mpate ondoleo la dhambi zenu, Nanyi mtapokea kipawa cha roho mtakatifu.

Yeyote atakayeuliza Baba mungu roho mtakatifu.

Luke 11:13 – Je baba aliye mbinguni hatazidi sana kuwapa roho mtakatifu hao wamwombao?

Yeote atakayepata zawadi.

Tubuni na mbatizwe nyinyi nyote kwa jina la Yesu kwa kuwaondolea dhambi ne mtapata zawadi za roho mtakatifu.

Mungu wetu baba ahyembinguni amefanya mpango huu mzuri wa kuturudisha kwa kile alichotaka kumpa Adamu na Hawa. Anataka kuweka roho mtakatifu ndani yetu. Kwa hivyo tutajazwa na nguvu na moto wa roho mtakatifu anaweza kuendelea na vitendo vyake kupitia kweto. Tafadhali muulizo zawadi hiyo leo.

## HEBU TUPITIE: UBATIZO WA ROHO MTAKATIFU NI UPI?

1. Mungu wetu ni:
A. Watatu kwa moja.
B. Baba, Mwana na Roho mtakatifu.
C. Mungu mmoja tu.
D. Majibu yote hapo juu ni sawa.

2. Tumeumbwaje kwa mfano wa mungu?
A. Hali, roho na mwili.
B. Maji, barafu na mvuke.
C. Kuwa na uwezo wa kuwa mahali pote mara moja.
D. Tulikuwa na uhai kira mara.

3. Roho mtakatifu ni:
A. Mungu.
B. Hana mwili.
C. Majibu yote hapo juu.
D. Majibu yote si sahihi.

4. Agano ya kale iliandikwa na watu walioelekezwa na Roho mtakatifu.
A. Ukweli
B. Uongo

5. Roho mtakatifu anaweza kutupatia uwezo maalum wa Mungu kwa watu kama:
A. Elimu.
B. Utabiri.
C. Miujiza.
D. Majibu yote ni sawa.

6. Roho mtakatifu yuko hapa kwa ajili ya kusaidia watu wa Mungu kufanya wasia yake duniani.
A. Ukweli
B. Uongo

7. Kama mwalimu wetu anatulekeza kwa ukweli.
A. Ukweli
B. Uongo

8. Roho mtakatifu anaweza kutusaidia kuomba hata kama hatujui kuomba.
A. Ukweli
B. Uongo

# 11

## INANIBIDI NIFANYE NINI ILI NIOKOKE?

**Ninaweza kujuaje Ninaenda mbinguni?**
Utekeleze kuwa unahitaji kuokoka. Mungu ako mbinguni na dhambi inatutenga kutoka kwa mungu milele. Mungu hataki tujitenge naye milele, kwa hivyo mungu alimpatia mwanawe wa pekee Yesum kulipa bei ya dhambi zetu na kutufia musalabani miaka mingi iliyopita.

Warumi 3:23 kwa sababu wote wamefanya dhambi na kupungukiwa na utukufu wa mungu.

Warumi 6:23 kwa maana mshahara wa dhambi ni mauti, bali karama yamungu ni uzima wa milele karika kristo Yesu Bwana wetu.

Warumi 5: 8 Bali mungu aunyesha pendo lake yeye mwenyewe kwetu sisi, kwa kuwa Kristo alikufa kwa ajili yetu, tulipokuwa tungali wenye dhambi.

Tunafae twamini Yesu na tumlilie mungu aliyetuumba mwanzoni na tumuulize urafiki wa kibirafsi kama baba wetu, muumbaji na Bwana.

Ezekieli 36:24. Maana nitawatua kati ya mataifa, nami nitawakusanya na kuwatoa katika nchi yenu wenyewe (25) Nami nitawanyunyuzia maji safi, nanyi mtakuwa safi; nitawatakaseru na chafu wenu wote, na vinyago vyenu vyote. (26) Nami nitawapa ninyi moyo mpya, nami nitatie roho mpya ndani yenu, nami nitatoa roho wa jiwe uliyomu ndani ya mwili wenu nami nitawapa roho mpya (27) Nami nitatia roho yangu ndani yenu na kuwaendesha katika sheria zangu, nanyi mtazishika hukumu zangu na kuzitenda.

Yokana 3:15 Ili kila mtu aaminiye awe na uzima wa milele katika yeye (16) kwa maana jinsi hii mungu ali upenda ulimwengu hata akamtoa mwanawe pekee, ili kila mtuu amwaminiye asipotee bali awe na uzima wa milele (17) maana mungu hakumtuma mwana ulimwenguni ili auhukumu ulimwengu bali ulimwengu uokolewe katika yeye (18) Amwaminiye yeye haukumiwi; asiyeamini amekwisha kuhukumiwa; kwa sababu hakuliamini jina la mwana pekee wa mungu (19) na hii ndio hukumu ya kuwa nuru imekuja ulimwengu, na watu wakapendo giza kuliko nuru; kwa maana matendo yao yalikuwa maovu (20) maana kila mtu atendaye mabaya huichukia nuru, wala haji kwenye nuru, matendo yake yasije yakakemewa (21) bali yeye atendaye kweli huja kwenye nuru ili matendo yake yaonekane wazi ya kuwa yamatendwa katika mungu.

**Omba ombi hili nasi:**
Yesu mpendwa, Ninajua nimetenda dhambi nimeamua kufanya yaliyo mabaya na hingaliamua kufanya mazuri. Nina tubu kutoka kwa dhambi hizo. Ninataka na ninahiteji maisha yangu kubadilike... Leo. Tafadhali nisamehe na unitiemo roho na moyo mpya. Tafadhali njoo uishi muyoni mwangu milele. Yesu rafadhali niongoze kwa njia zako na uniletee kukufurahisha na nisi furahishe ulimwengu. Ujaze moyo wangu na upendo wako na huruma kwa wengine na uniongoze maishani mwangu mwangu mwote, Amiina.

Sasa tafula kanisa inayo amini kwa bibilia kama neno la mungu na upate kujua hatua za kuwa mkristo. Umfuate hayu Yesu, re bon a kumjua mungu kama baba na kuongozwa na roho wake. Mungu awabariki.

# 12
## MWENDE MTAFUTE WANAFUNZI

**Mwanafunzi ni nini?**

Ufafanuzi: Mfuasi au mwanafunzi wa mwalimu, Imani au Filosofia

Visaive: Mfuasi, wafuasi, muumini, mwanafunzi, mja.

**Nifuate**

Yesu alipoita wanafunzi wake, alisema tu, "Mnifaute na **nitawafanye wavuvi wa watu**" Yohana 4:19

Hakusema "mfuate mioyo yenu, mwamini silica zenu, au mfanye kilicho mioyoni mwenu, na hakusema mfuate mfuate naloto zenu". Haya yote ni ya kisasa yanayoleta ndoto zetu na mawazo yetu vitu vya kufuata. Kila mwanadamu kufanya kilicho sawa kiko mbele yake.

Yesu, alisema "beba msalaba wako unifuate" ..., Alisema Jifundishe kutoka kwangu kwa sababu nira yangu no rahisi na mzigo wangu ni rahisi.

Kabla ya uvumbuzi wa elezo baada ya mtandao... Injini kama hizo na wingu ambapo unaweza kupata habari kufifundisha karibu kila kitu unachotaka. Elimu mara mingi ilipitishwa kutoka kwa mtu mmoja hadi mwingine kwa maneno ya mdomo na mfano wa kimaisha kulikuwa na "mabwana" nba "walimu" mabwana ambao ungefuata kama wangeona kuwa una nafasi ya kuwa nfuasi/mwanafunzi ambaye wange elekeza njia yao kwa wengine na kwa kutoka kwao. Hivi ndivyo walivyo eneza aidiolojia na mtindo wa kumaisha. Kwa nchi zingine wangali na wazo la mwanagenzi ambaye anasoma na kufanya kazi chini ya bwana fundistadi.

Tungali na mabwaba wa kiroho anbao wataongoza watu kwa njia zao za kiroho kama vile Hare Krishna. Kuna wala wanao fuata masomo ya mohamedi wa waislamu na wanaitwa waislemu.

**Yote au kitu**

Yesu pia alisema, "...kila mmopja wenu asiye acha vyote alivyo navyo, hawezi kuwa mwanafunzi wangu. Luka 14:33. Alikuwa anasema kuwa tuwachane na masumbuko yetu ili tumushawishi, tutafuta kwanza ufalme.

**Mikono kwa matayarisho**

Yesu alikuwa anawaita kumfuata na kujifunza njia zako zilizotoka kwa baba. Alimaliza zaidiya miaka mitatu naye wakiende kila mahali na kufanya kila kitu aichofanya. Hawa wafuasi wakuu kumi na wawili walikula pamoja, walisafiri pamoja na kulala pamoja. Waliona Yesu akiumba walimsikia akifundisha walimwona akilia na pia walimwona, akichekam aliwafundisha na kuwasahihisha. Aliwafundisha kufanya alichofanyam kuponya kila aina ya ugonjwa kutoa mapepo na kuhubiri kuhusu ufalme wa mbinguni.

**Yesu aliwatuma wafuasi wake kufanya alivyofanya**

Siku moja, baada ya kuwa na Yesu kwa muda. Aliwatuma nje ili waanze kutangari habari hiyo sawa na ile waliyo jifundisha kutoka kwake. Walenda wapaponya wagonjwa, kutoa mapepo na kumwamini mungu tu ili awagawie kila kitu watakacho wakienda miujiza sawa na ile ambayo Yesu alifanya walifanya. Walihubiri habari iliyo sawa na matokeo. Wananfunzi walifurahia ya kwamba watu walipona na pia mapepo yalikuwa chini yao. Yesu aliwambia yakuamba kitu ambacho kinaweza kuwafurahisha ni kuwa majina yao yameandikwa katika kitabu cha uzima.

Yesu alipojua yakwamba atasulubishwa hivi karibuni, aliwakamilisha wafuasi wake; aliwaambia kuwa waende wahubiri kwa mataifa yote yaliyowazunguka, aliwaambia wafuasi wake wawafundishe kila kitu alichowafundisha.

**Yesu aliwaambia kuwa wanafunzi wao watafanya**

**miujiza iliyo sawa na yao na pia kufundisha habari iliyosawa na yao.**

Alisema kuwa wale waliomini neno wataponya wagonjwa, fufua waliokufa na kutia mapepom hawataogopa vitu vya kuogopa kwa sababu havita wadhuru. Mako 16:17.

Yesu aliwapatia mamlaka wanafunzi wake kuhubiri, kuponya na kukumbua tena akawakamilisha hao wanafunzi "kuzoeza" wengine kufanya sawa nao.

**Aliwaita wanafunzi, aliwaita rafiki pia aliwaita ndugu zake.**

Cha ajabu ni kwamba Yesu hakutuita tu kuwa wafuasi lakini pia tumeitwa kuwa watoto wa mungu kuwa moka wao wa familia. Yesu ni ndugu wetu mungu ame tuchukua kuwa baba wetu kwa sababu Yesu ametengeneza injia "Ninyi mmekuwa rafiki zangu, mkitenda niwaamuruyo".

**Paul, ambaye hakuwahi kukutana na yesu alisema," nifuata mimi kama ninavyomfuata Yesu".**

Soma kitabu cha 1 Wakoritho 3:6-12. Hapa, Paulo anachimiza watu wasifuate vioingozi wa duniani kama vile wa nchi wafanyavyo. Viongozi wa duniani wamechaguliwa na mungu kuongoza watu wengine kwa baba mungu. Paulo pia anatuhimiza kama wakristo, msiwe na Fahari kwa wanadamu na kile ambacho wanaweza kufanya. Vitu vyote ni vyenu. "(1 Wakorinto 3:21) Paulo anawaonya viongozi wa nchi kuwa msingi ambaye ni Yesu Kristo. Paulo pia anawaonya viongozi wan chi kuwa waangalifu kwa kile wanacho weak kwa msingi amabye ni Yesu Kristo. Paulo pia anasema kwa mstari wa 23 Nanyi ni wa kristo na kristo ni wa mungu.

Paulo anaandika jinsi ya kuuna viongozi wa Kristo wa duniani.
- Ni wahudumu wa Kristo
- Wamepewa umaizi kwa ukweli wa mungu.
- Ni mawakili wa siri mungu anawapaia kuwapa watu wengine.
- Wanahitaijika kuwa waaminifu kwa kuhudumia wafuasi wa Kristo 1 Wakoritho 4:2
- Mungu ndiye anayejua kiini cha mioyo yao
- Watahukumiwa kulingana na viini vyao vya ndani. Mstari wa 5

Wanafaa wawe zaidi ya baba kuliko wanafunzi. "kwa kuwa ijapokuwa mna. Walimu kumi elfu katika kristo, walakini hamna baba wengi. Maana mimi ndimi niyewazaa katika kristo Yesu kwa njia injili. Maisha yao yanafaa yalingane na masomo yao kile walipoenda. 1 Wakoritho 4:17

**Agano ya kale**
Kuwa mfuasi wa mungu haikuanza tu na agano jipya. Vitabu vya agano ya kele vina rekodi za habari wa mfano wa watu walio wazuri na wabaya kwetu.

Mungu aliyanena haya maneno ya kusikitika kuhusu mfalme sauli "amerudi nyuma asinifaute". I Samuel 15:10-11 mungu alisema, maana amerudi nyuma, asnifuate wala hakufanya nilivyo mwamuru nimemkataa kama mfalme na ninasikitika nilimfanya mfalme wa watu wangu" Kwake mwenyewe, hakuna mwanadamu amabye ana ruhusa kuongoza kondoo zake ni wake. Ni mchungaji mwema hatuwezi tukaongoza ila tu tukiwa tunamfuate kubinafsi, sikia na kutii.

Musa alipokuwa akiongoza watu jangwani walikuwa na sanduku la agano ishara ya uwepo wake katikati ya kambi kulikuwa na wingu la uwepo wake juu wakati wa mchana na nguzo za moto wakati wa usiku, wakati wao wa kusafiri mahal papya wingu lingejiunua na wote wangejitayarisha kusafiri. Walifuata wingu.

Huu ulikuwa utetezi na mwelekeo wao. Hii ni aina ya roho inayo ongoza waumini leo. Nchi zingine ziliogopa kushambulia kwa sababu ya utukuvu wake.

Leo waumini wanafaa kuongozwa na roho wa mungu.

Warumi 8:14

Mfano wa mtu aliyefuatam amini na kumfurahisha mungu alikuwa kalebu. Alikuwa mwanaume aliyeishi maisha yake akishawish na kuamini ahadi za mungu hata kama watu wengi walio mzunguka walimkubali kushuku, kunungunika na kutotii Hesabu 32:11.

Lakini mtumishi wangu kalebu kwa sababu alikuwa na nyingine ndani wake naye ameniandama hiyo aliyoingia na uzao wake watamiliki. Hesabu 14:24.

Mwanaume Heneko alitembea na mungu na akaongea na mungu. Alimjua na Alimpenda. Halafu siku moja, naye akatoweka maana mungu alimtwaa.

Mwanzo 5: 22-24

**Unaweza kumfuataje mungu ambaye huoni?**

Tunazifuata maandiko mtakatifu yona amri zinazoeleweka na maelekezo katika bibilia kukuongoza na kuelekeza maisha yetu kwa yaliyosawa.

Tunafuata uongozi na ufundishaji wa roho mtakatifu

anapotupatia mwelekeo wa kibinafsi tunapochukuliwa na fikiri zake. Tunafuata mafundisho ya viongozi wetu wa kristo ambao mungu amaweka maishani mwetu kwa uzuri wetu. Tunafuata wale walio enda kabla yetu tunawezachukua mfano wa watu ambao mungu ametumia kwa nguvu. Tunaweza kusoma vitabu vyao ili tuweze kuelewa vitu vingi kuhusu niaje mungu alifanya kazi maishani mwao na tuitumie maishani mwetu.

Kama Henokam tunaweza kutembea na mungu kivyetu. Tunaweza mjua na pia kusikia sauti yetu. Tunaweza kumfuata maishani mwetu mwote. Tunaweza kuwa wanafunzi wake. Tunaweza kuwa watoto wake, tunaweza kuwa rafiki zake kama tunaweza kumtii. Ni ya kiasili mwiimini kusikia sauti ya mungu na kuongozwa na roho. Mtakatifu anaishi ndani yetu.

Jambo moja lililokaribu na moyo wa baba mungu ni roho za wale watu ambao Yesu alifia. Anataka tuwafikie na tuwafanye wanafunzi wale ambao wataamini maneno yetu.

**Nendeni, muhubiri, mfundishe na mfanye watu wote nchini wanafunzi. MATHAYO 28:19, MARK 16:15-16**

# HEBU TUPITIE: MWENDE MTAFUTE WANAFUNZI

1. Mwanafunzi ni nani?
A. Mvuvi wa watu
B. Mfuasi au mwanafunzi wa mwalimu au imani.
C. Mwana falsafa aliye elimika.
D. Mwalimu wa aina ya imani ya yakini au Filosofia.

2. Nijibu lipi linaloeleza vizuri kuhusu mwanafunzi wa yesu?
A. Anaye fanya kilichomo moyoni mwake
B. Fwata ndoto zako
C. Kuwa bora kabisa ambavyo unaweza kuwa
D. Uwachane na masumbuko yako ili umshawishi.

3. Wanafunzi wa yesu wanafunzwa.
A. Kuwa watu wazuri duniani
B. Kufanya kile ambacho alikuwa akifanya duniani
C. Kuwa wavuvi
D. Kuwa waongozi wakuu duniani.

4. Yesu alisema kuwa ni nani anayefaa kufanya miujiza na kueneza ujumbe duniani
A. Watumwa 12 pekee
B. Wote waliomwona akiwa hai na kupenda ujumbe wake.
C. Wote walioamini
D. Majibu yote si sahihi

5. Paul aliye andika mengi kuhusu agano jipya hakukutana na Yesu
A. Uongo
B. Ukweli

6. Kuwa mwanafunzi wa mungu ilianzia tu kwa agano jipya
A. Ukweli
B. Uongo

7. Tunaweza kutembea na yesu sisi wenyewe
A. Ukweli
B. Uongo

8. Tunaweza kumfuata Yesu hata kama hatumwoni kupitia kwa;
A. Kufwata maandiko
B. Kuongozwa na roho mtakatifu
C. Kufuata waongozi wa kiroho na wale walioishi maisha yao wakifuata Mungu
D. Majibu yote yaliyo hapo juu ni sahihi.

# MAPITIO

Mungu Ni Nani?

1. Ukweli
2. A, Kujua, hitaji
3. Kufikiri, Kuanguka Kutekeleza, Mfano.
4. Ukweli
5. B, Kufahamu njia zake na amri zake
6. Kujitayarisha, Kuonyesha
7. Ukweli
8. Nuru

Kwa Nini Mungu Aliumba Watu?

1. C
2. B.
3. A.

4. D
5. A
6. A

## Dhambi Ni Nini?

1. Uongo
2. Ugonjwa
3. Fanya, kuchonga, Usawa chini.
4. Jina ako, Mungu asiye na hatia, Tupu
5. Kumbuka, yote, fanya Wao, Tafuta, Hapana, Miliki
6. Ukweli
7. Uongo
8. Ukweli
9. Ukweli
10. Ukweli
11. C
12. Usherati, Ufisadi, Chuki, Ghadhabu, Ugomvi, Wivu, Ulevi, Fanya, kama, Vitu, Rithi.
13. Uumbaji
14. I na 2 ni jinsi tunavyotubu.

## Yesu Ni Nani?

1. Mwana.
2. Dunia.
3. mtu, okoa.
4. mwisho, dhambi.
5. tembea, a, urafiki, damu, safisha.

6. mwokozi.
7. Nguvu, Wana, Amini.
8. Kimwili

Majuto Ni Nini?

1. Kufanya dhambi na kupungua kwa adhama
2. D
3. Uongo
4. Huzuni , Kufanya
5. Walitubu.
6. Walitubu
7. Safi, Ona.
8. Kutojali,Wewe, Fikirri, Mungu, Sawa, Omba Pya Maisha.

Wokovu Ni Nini?

1. Kukubali
2. Dhambi, Kutenga, Dhuria.
3. Dhambi, jehanamu,Funguo, Kutenga, Kupata.
4. Ndani, Kristo,Mpya , Kiumbe ,Alifariki, Mpya.
5. Kiri, Bwana, Yesu, Amini , Moyo,Inua, Okoa.
6. Ukweli, N uru.
7. Wokovu Ruhusa Ongoza.
8. Tembea nuruni, Damu, Tukiri.
9. Anguka baada ya hayo, Wakatubu,Mara ya pili kwa nafsi zao, Dhahiri.

## Ubatizo Wa Maji Ni Upi?

1. B, Ubatizo wa maji.
2. Huharibu,Dhambi, Kuifufua, Ushindi.
3. Ukweli
4. Fanya biashara, Dhambi Biashara, mpya.
5. Mpya.
6. Yeyote anaye amini kuwa yesu ni mwana wa mungu na alikufa kwa ajili ya dhambi zetu.

## Roho Mtakatifu Ni Nani?

1. D
2. A.
3. C
4. Ukweli
5. D
6. Ukweli
7. Ukweli
8. Ukweli

## Ubatizo Wa Roho Mtakatifu Ni Upi?

1. A
2. D
3. Uongo
4. B
5. C

6. Uongo
7. D

Mwende Mtafute Wanafunzi

1. B
2. D
3. B
4. C
5. Ukweli
6. Uongo
7. Uongo
8. B

# UWEKEAJI WAKFU

Tunaweka wakfu wa mwongozo huu. Kwa wale waliotaka kujua... lakini hawakuwa na mwalimu. Kwa wale waliotafuta njozi... ili wakimbia nayo. Kwa wale wanaotaka kujua "Nini kinachofuata" kwa wale waliojua ni walimu... na hawakujua cha kufundisha. Kwa wale wanaotafuta Yesu ndani yetu na tumaini ya adhama. Wacha mwongozo huu uadhihirishe Yesu na upendo uliyoteuliwa uwe nawe milele.

Waandishi.

Kukiri

Kuna watu wengi walio pamoja na mwongozo kwa huiyo waandishi na wahariri, manukuluna wasanii. Imechukuwa miaka arobaine (40) kuandika mwongozo huu. Shukrani kwa wale walionacho.

# KUHUSU MWANDISHI

Kwa hao wote wanaoshanga…na wana nia kwa…Yale ambayo wanafanya? Unamkumbuka Mchaji Agnes Nilianza kugawana kulusu shyle? Chuo cha elimu? Kweli… Nilikuwa na Agnes Filipino kwa mwaka ya 90's, Alikati na wanaume karibu warere wote walikuwa wanguzi wa shule za bibilia Filipino. Alivyogawanya nao kuwa anaenda kijenga shule ya matayarisho Filipino, wote walisema "Dada Agnes, tunakuumba kuwa ungerikiria kulusu wana shirika la mataya risho sabili ndio wizara zetu zote zinufaike kutoka kwa mtaala wako". Kwa Miaka mingi tulienda kwa shuyle mbali mbali za bibilia na Jumuiyal uma shirikayo Filipino wakifanya kazi na wa Asia na kuwafikia mataifa na makabila wakuga wanya kanunu za mungu, ambezo mungu alifupatia kupitia kwa Agnes. Kiroho na ufundushaji wa kiasili kama vile; ubatizo wa rolo mtakatifu, kuwa mzimo kwenye safari, jinsi ya kuwa na sungura na pia jinsi ya kuwa pamoja na kupendena kwa upendo wa mungu.

Wengi wenu mnajua, Nilikuwa ngonjwa kwa miaka mingi, siku moja, miezi tu mbele ya mungu, aliniponya, Aliongea nami akasema, "Tereza, umekuwa ukifanya vibaya, umekuwa ukijaribu kuzoeza kila mtu alijepitia kwa mlango". Nilikuwa minajaribu kuzoeza wala ambao lakutaka, wala ambao hawakuwa na masikio kusikia, moyo wa kupata na kutii.

Halafu mungu akanisikia nikisoma 2 Timothy 2:2 "Na mambo yale uliyoyasikia kwangu mbele ya mashahidi wengi, hayo uwakabidhi watu waaminifu watakaofaa kuwafundisha na wengine".

Nilikuwa nimemlilia mungu na tulikuwa tumefanya kazi na wengi lakini ni wachacho ndio walivalukuwa tulichosoma kwa mataifa. Ilionekana ya uongo kwangu... Nilikuwa mjinga kiasi gani? Mungu alisema, "Nilikuzoesha...sivyo?" ghafla, Nilitekeleza jinsi ilivyo vigumu kunifundisha... Baadaye, watu maelfu... Wazizuazi Nikajuta na nikatii. "Sasa Mungu un afanya nini?" Hiyo ilikuwa mwanza. Mwanza wa pahali tulipo sasa.

Baada ya muda mfupi kuondoka, mungu aliniambia kuwa nitajenga shule. La
Haita kuwa shule ya matafali bali shulo ya kisahili, la haitakuwa shule ya wale ambao hawawezi, itakuwa ya kila mmoja anayewezo.......... Itakuwa ya wale watakau kuwa na masikio kusikia, moyo wa kupata, moyo wa kutii. Kumbuka haya? "Bwana akanijibu akasema liandike njozi ukaifanye iwe wazi sana kaika vibao ili aisomaye apate kuisoma kama maji".

Hili andiko takatifu tilisikika ndani yangu kwa miaka mingi. Tulianza na kuzuesha kwa vipindi... lakini inafaa tuelewe kuwa wakati ni luu. Wakati wa kusoma, na kukimbia nayo… umasho wahi kufikiria kuwa karne ya saba kitabu cha Habakuchi kiliandikwa pasipokuwa na "I pads" au masomo ya mtandao? Mtaala huu ulitendenezwa uwe wa kisasa "kidonge" tumeongeza videre inayoenda sambamba na kidonge. Sasa waya ndogo, mtu mmoja Afrika anaweza kuutumia kidonge kuwa na shule ya bibilia na mahali pa mazuea.

Tunalengo la kuzidisha. Tuzazeeka ra muda unayoyoma. Tafadhali tueneze ukweli huu mbali na kwa kasi kama mungu atakavyokubali, kuwawezesha walubiri nba kuwapatia viongozi luja y a kuwafundisha watu wao.

Mtaala wa lina una nini? Kwa sababu tumefanya kazi na shule nyingi za bibilia, lengo letu lalitakuwa kunakalisha shule ya bibilia ba homilia pamoja na "lepmeneutics"… Lengo letu ni 2 Timonthy 2:2". Na mambo yale uliyoyasikia kwangu mbele ya mashaidi wengi, hayo uwakabithi watu waaminifu watakaofaa kuwafundisha na wengire".

Mungu alichotufundisha kupitia kwa Agnes na moyo wako mtakatifu. Jinsi ya kutua upuuzi kwa maisha yetu" jinsi ya kusikia sauti yake, jinsi ya kupenda mataifa na upendo wake na jinsi ya kumuacha atuchukuwe kwa mataifa.

Kwa wengire "Hii ilikuwa tu yo kawaida" lakini kwangu ilikuwa ni kuokoa maisha, singeneza, singemtumikia mungu nakuishi kwa yale yotem iliyoyapitia bila mungu alichonipa kupitia kwa Agnes na pia alichotupa kama jinsi ya kumisikia.

Singeweza: bila kitiririka wa rolo mtakatifu na moyo wa kiasili… bila Yesu kuturudisha kwa baba… bila mikao. Singeweza kuwa na ubongo timamu bila uvumbuzi wa Isaya 26 na jinsi mungu mwenyewe alituumba viumbe vipya tukawa huru na waungu wa kale.

Ninapo zunguka nehini ninauno wahubiri na viongozi wakipigana kupata mafunzo ya kufundisha watu wao. Pengine hawajawali kufundiushwa kwa shule ya bibilia… na hawataiweza.

Ninashukuru kwa hoje ya kuishi maisho ya haya ya mabadiliko na uzoefu. Sasa maelfu ya mesaa, waandishi wengi, wahariri, wasanii na wanaejitolea tunatoa sadaka ya injili hii rahisi nehini.

Tunatekeza kuwa hili ni toleo la kwanza. Bado tunatengeneza videre viende pamoja na Funzo ni rahisi kwa sababu mchaji Agnes. Huwa ana hudumu vitu rahisi lakini ukweli kushengaza wa injili.
   Kilio chetu ni kwomba mungu atawasomea… kuwa ataweka ifi injili hii muyuni mwenu na atawa zuesha na ohuru, amani na uwezo wa kuonyesha upendo wake kwa mataifa.

Tafadhali tufanye kazi pamoja tungali na muda…ili yeye pekee yake atukuzwe "injili hii ya ufalme itahubirirwa kote ndini wa washaidi no mataifa Basi tufanye kazi pamoja kama bado tungali na muda… ili yeye mwenyewe aadhimishwe. "Tena habari njema ya ufalme itahibiriwa katika hapo ndipo ule mwisho utakapokuja (Mathayo 24:14)

Wacha mungu akupelako kwa mataifa…
Teresa Skinner,
Nkurugenzi wa Mradi.

www.ingramcontent.com/pod-product-compliance
Lightning Source LLC
Chambersburg PA
CBHW072039110526
44592CB00012B/1484